Ítalísk matreiðubók 2023

Sjáðu hvernig þú getur nýtt þér bestu ítalísku uppskriftirnar

Alfio Bardo

EFNISYFIRLIT

Spínat og ricotta terta 9

blaðlauksterta 11

Samlokur með mozzarella, basil og ristuðum pipar 13

Spínat og robiola samlokur 15

Riviera samloka 17

Þríhyrndar samlokur með túnfiski og ristuðum pipar 20

Þríhyrningslaga skinku- og fíkjusamlokur 22

Amaretto bakuð epli 24

Eplaköku Liviu 27

Apríkósur í sítrónusírópi 30

Ber með sítrónu og sykri 32

Jarðarber með balsamik ediki 34

Hindber með mascarpone og balsamikediki 36

Kirsuber í Barolo 38

heitar ristaðar kastaníuhnetur 40

varðveittar fíkjur 42

súkkulaðidýfðar fíkjur 44

Fíkjur í vínsírópi 46

Bakaðar fíkjur Dóru 48

Hunangsmynta í sírópi 50

Appelsínur í appelsínusírópi 51

Gratín appelsínur með Zabaglione 53

Hvítar ferskjur í Asti Spumante 55

Ferskjur í rauðvíni 56

Amaretti fylltar ferskjur 57

Perur í appelsínusósu 59

Perur með marsala og rjóma 61

Perur með volgri súkkulaðisósu 63

Perur með rommi 65

Pecorino bragðbætt perur 67

Steiktar perur með Gorgonzola 70

Peru- eða eplabúðingskaka 72

Hlý ávaxtakompott 75

Feneyskur karamellulagaður ávöxtur 77

Ávextir með hunangi og grappa 79

vetrar ávaxtasalat 81

grillaðir sumarávextir 83

Heitt ricotta með hunangi 85

ricotta kaffi 86

mascarpone og ferskjur 88

Súkkulaðimús með hindberjum 90

Tiramisú 92

jarðarber tiramisu 95

ítalskt smáræði 98

sabayon 100

Súkkulaði Zabaglione 102

Kalt zabaglione með rauðum berjum 104

Sítrónuhlaup 106

Appelsínu rommhlaup 108

Kúrbít fyllt með túnfiski 110

steiktur kúrbít 113

bita af kúrbít 115

súrsætan vetrarskvass 118

grillað grænmeti 121

Steiktar vetrarrætur 123

sumar grænmetispottréttur 125

Lagskipt grænmetisplokkfiskur 128

Heimabakað brauð 130

Jurtabrauð 132

Ostabrauð að hætti mars 135

gylltar maísrúllur 138

Svart ólífubrauð 141

Stromboli brauð 144

Ostabrauð með valhnetum 147

tómatarúllur 150

land bræður 153

Pappírsbrauð sardínskrar tónlistar 156

Rauðlauksbrauð 159

Hvítvínsflatbrauð 162

Sólþurrkað tómatbrauð 165

Rómverskt kartöflubrauð 168

Grillað brauð frá Emilia-Romagna 171

Brauðstangir 174

fennel hringir 177

Möndlu- og svartur piparhringir 180

heimagerð pizza 183

pizzadeig að napólískum stíl 186

Mozzarella, tómatar og basil pizza 189

Tómatar, hvítlauks og oregano pizza 191

Villisveppapizzu 193

nærbuxur 196

Ansjósuhylki 199

tómata- og ostahringur 202

Páskakaka 204

vöfflukökur 208

sætt ravíólí 211

"Ljótar en góðar" smákökur 214

Spínat og ricotta terta

Crostata di Spinaci

Gerir 8 skammta

Ég borðaði þessa köku í Ferrara, einum af mínum uppáhalds veitingastöðum í Róm. Eitthvað svipað og quiche, það er gert með ricotta til að bæta við rjóma. Það er fullkomið fyrir hádegismat eða brunch með salati og kældu Pinot Grigio víni.

1 uppskriftbragðmikið tertubrauð

Fylling

1 kíló af spínati, saxað og skolað

1 1/4 bolli vatn

1 1/2 bolli heilan eða að hluta undanrenndur ricotta

1 1/2 bolli þungur rjómi

3/4 bolli ferskur rifinn Parmigiano-Reggiano

2 stór egg, þeytt

¼ tsk nýrifinn múskat

Salt og nýmalaður svartur pipar

1. Undirbúið og bakið skorpuna að hluta. Lækkið ofnhitann í 375°F.

tveir. Á meðan, undirbúið fyllinguna. Setjið spínatið í stóran pott á meðalhita með vatninu. Lokið og eldið í 2-3 mínútur eða þar til það er mjúkt og mjúkt. Tæmdu og kældu. Vefjið spínatinu inn í lólausan klút og kreistið eins mikið vatn út og hægt er. Saxið spínatið smátt.

3. Í stórri skál, þeytið saman spínat, ricotta, rjóma, ost, egg, múskat og salt og pipar eftir smekk. Skellið blöndunni í tilbúna tertuskurnina.

Fjórir. Bakið í 35-40 mínútur eða þar til fyllingin er orðin stíf og örlítið gullinbrún.

5. Kælið tertuna á pönnunni í 10 mínútur. Fjarlægðu ytri brúnina og settu tertuna á framreiðsludisk. Berið fram heitt eða við stofuhita.

blaðlauksterta

Crostata di Porry

Gerir 6-8 skammta

Ég borðaði þessa köku á enoteca eða vínbar í Bologna. Hnetubragðið og rjómabragðið í Parmigiano eykur sætleika blaðlauksins. Það má líka gera með steiktum sveppum eða papriku í stað blaðlauks.

    1 uppskriftbragðmikið tertubrauð

Fylling

4 meðalstórir blaðlaukar, um 1 1/4 kíló

3 matskeiðar af ósaltuðu smjöri

Salt

2 stór egg

3 1/4 bolli þungur rjómi

1/3 bolli nýrifinn Parmigiano-Reggiano

nýrifinn múskat

nýmalaður svartur pipar

1.Undirbúið og bakið skorpuna að hluta. Lækkið ofnhitann í 375°F.

tveir. Undirbúið fyllinguna: Skerið ræturnar og flestar grænu oddana af blaðlauknum. Skerið þær í tvennt eftir endilöngu og skolið þær vel á milli hvers lags undir rennandi köldu vatni. Skerið blaðlaukinn í þunnar þversneiðar.

3.Bræðið smjörið á stórri pönnu við meðalhita. Bætið við blaðlauknum og smá salti. Eldið, hrærið oft, þar til blaðlaukur er mjúkur þegar hann er stunginn með hníf, um 20 mínútur. Takið pottinn af hellunni og látið kólna.

Fjórir.Þeytið egg, rjóma, ost og smá múskat í meðalstórri skál. Bætið við blaðlauk og pipar eftir smekk.

5.Hellið blöndunni í hálfbökuðu bökuskelina. Bakið í 35-40 mínútur eða þar til fyllingin hefur stífnað. Berið fram heitt eða við stofuhita.

Samlokur með mozzarella, basil og ristuðum pipar

Mozzarella Panini

Gerir 2 skammta

Stundum geri ég þessa samloku með því að skipta út basilíkunni fyrir rucola og rauða paprikuna fyrir prosciutto.

4 aura ferskur mozzarella ostur, skorinn í 8 sneiðar

4 sneiðar af sveitabrauði

4 fersk basilíkublöð

1/4 bolli ristuð rauð eða gul paprika, skorin í þunnar strimla

1. Skerið mozzarellasneiðarnar þannig að þær passi ofan á brauðið. Ef mozzarellan er safaríkur skaltu klappa henni þurr. Setjið helminginn af ostinum í eitt lag á tvær brauðsneiðar.

tveir. Raðið basilíkublöðunum og paprikunni ofan á ostinn og afganginum af mozzarellanum ofan á. Setjið afganginn af brauðinu ofan á og þrýstið vel á með höndunum.

3. Forhitið samlokupressu eða grillpönnu. Setjið samlokurnar í pressuna og eldið þar til þær eru ristaðar, um 4-5 mínútur. Ef

þú notar pönnu skaltu setja þunga lóð ofan á, eins og steikarpönnu. Snúðu samlokunum brúnni á annarri hliðinni, þyngd ofan á og ristuðu brauði á hinni hliðinni. Berið fram heitt.

Spínat og robiola samlokur

Panino di Spinaci og Robiola

Gerir 2 skammta

Focaccia bætir fallegu bragði og áferð við pressaða panini. Spínat má skipta út fyrir annað grænmeti eða nota afgangs grænmeti. Fyrir osta finnst mér gott að nota mjúka, rjómaða robiola úr kúa-, geita- eða kindamjólk frá Piedmont og Lombardy eða samsetningu. Aðrir möguleikar eru ferskur geitaostur eða jafnvel þeyttur rjómi. Bætið einum eða tveimur dropum af truffluolíu við fyllinguna fyrir jarðneskt bragð og lúxus viðkomu.

1 pakki (10 aura) ferskt spínat

4 aura ferskur robiola eða geitaosti staðgengill

Truffluolía (valfrjálst)

2 ferninga eða sneiðar af ferskri focaccia

1. Setjið spínatið í stóran pott á meðalhita með 1/4 bolla af vatni. Lokið og eldið í 2-3 mínútur eða þar til það er mjúkt og mjúkt. Tæmdu og kældu. Vefjið spínatinu inn í lólausan klút og kreistið eins mikið vatn út og hægt er.

tveir. Saxið spínatið smátt og setjið í meðalstóra skál. Bætið ostinum út í og blandið spínatinu saman við ostinn. Bætið við einum eða tveimur dropum af truffluolíu ef vill.

3.Skerið focaccia varlega í tvennt með löngum hníf. Dreifið blöndunni í botninn á focaccia. Settu toppana á samlokurnar og flettu þær varlega út.

Fjórir. Forhitið samlokupressu eða grillpönnu. Ef þú notar pressu skaltu setja samlokurnar í pressuna og elda þar til þær eru ristaðar, um 4-5 mínútur. Ef þú notar grillpönnu skaltu setja samlokurnar á pönnuna og setja síðan þunga lóð, eins og steikarpönnu, ofan á.

5.Þegar þær eru brúnaðar á annarri hliðinni, snúið samlokunum við, setjið lóð ofan á og brúnið hina hliðina. Berið fram heitt.

Riviera samloka

Panino della Riviera

Gerir 4 skammta

Landfræðileg landamæri sem aðskilja Ítalíu og Frakkland þýða heldur ekki mun á matnum sem neytt er á báðum hliðum. Fólk sem býr við ítalska og franska strendur deilir svipuðu loftslagi og landafræði, þannig að þeir hafa mjög svipaðar matarvenjur. Sem dæmi má nefna franska pan bagnat og ítalska pane bagnato, sem þýðir "dýft brauð", stundum kölluð Riviera samloka á Ítalíu. Toppað með lifandi vinaigrette dressingu, þessi safaríka samloka er fyllt með frönskristuðum túnfiski og papriku. Ítölsku megin landamæranna er túnfiskur settur í staðinn fyrir mozzarella og ansjósu bætt við, en restin er nokkurn veginn eins. Þetta er hin fullkomna samloka fyrir lautarferð því bragðefnin koma svo vel saman og hún verður bara betri af sjálfu sér.

1 ítalskt brauð, um 12 tommur að lengd

Tengjandi

1 hvítlauksgeiri, mjög smátt saxaður

1 1/4 bolli ólífuolía

2 matskeiðar af ediki

1 1/2 tsk þurrkað oregano, mulið

Salt og nýmalaður svartur pipar

2 þroskaðir tómatar, skornir í sneiðar

1 dós (2 oz) ansjósu

8 oz sneið mozzarella

2 ristaðar paprikur, afhýddar og fræ með safa

12 ólífur soðnar í olíu, grýttar og saxaðar

1. Skerið brauðið í tvennt eftir endilöngu og fjarlægið mjúka brauðið að innan.

tveir. Blandið hráefninu í sósuna í litla skál og hellið helmingnum af sósunni yfir afskornar brúnir brauðsins. Toppið botninn á brauðinu með tómötum, ansjósum, mozzarella, ristuðum paprikum og ólífum, smyrjið smá sósu á hvert lag.

3. Settu toppinn á samlokuna og þrýstu henni saman. Vefjið inn í álpappír og hyljið með borði eða þykkri pönnu. Látið standa við stofuhita í 2 klukkustundir eða í kæli yfir nótt.

Fjórir. Skerið í 3 tommu breiðar samlokur. Berið fram við stofuhita.

Þríhyrndar samlokur með túnfiski og ristuðum pipar

Tramezzini al Tonno og Pepperoni

Gerir 3 samlokur

Sumir af sömu bragðtegundum hinnar ljúffengu Riviera samloku rata í þessa viðkvæmu þríhyrningssamloku sem ég smakkaði á uppáhalds rómversku kaffihúsi. Túnfiskurinn var kryddaður með fennelfræjum, en mér finnst gott að skipta út fennelfrjókornum, sem er ekkert annað en möluð fennelfræ, en með meira bragði. Hann er notaður af mörgum matreiðslumönnum í dag og er að finna í sérverslunum fyrir þurrkaðar sælkerajurtir og á netinu. Ef þú finnur ekki fennelfrjó skaltu setja fennelfræ í staðinn, sem þú getur malað sjálfur í kryddkvörn eða malað með hníf.

1 lítil ristuð rauð paprika, tæmd og skorin í þunnar strimla

extra virgin ólífuolía

Salt

1 dós (3 1/2 oz.) ítalskur túnfiskur pakkaður í ólífuolíu

2 matskeiðar af majónesi

1-2 tsk af ferskum sítrónusafa

1 matskeið saxaður grænn laukur

1 tsk fennel frjókorn

4 sneiðar af hágæða hvítu brauði

1. Stráið ristuðum piparnum yfir smá olíu og salti.

tveir. Tæmdu túnfiskinn og settu hann í skál. Rífið túnfiskinn vel í sundur með gaffli. Blandið majónesi, sítrónusafa eftir smekk og grænum lauk.

3. Dreifið túnfisknum á tvær brauðsneiðar. Toppið með piparstrimlum. Hyljið brauðið sem eftir er, þrýstið létt á.

Fjórir. Skerið skorpuna af brauðinu með stórum matreiðsluhníf. Skerið samlokurnar í tvennt á ská til að mynda tvo þríhyrninga. Berið fram strax eða hyljið vel með plastfilmu og geymið í kæli þar til tilbúið er til framreiðslu.

Þríhyrningslaga skinku- og fíkjusamlokur

Tramezzini di Prosciutto og Fichi

Gerir 2 samlokur

Salta bragðið af prosciutto og sætleikur fíkjusultunnar gefa fallega andstæðu í þessari samloku. Hann er mjög góður sem forréttur ef maður sker hann í fernt. Berið fram með glitrandi Prosecco.

Ósaltað smjör, við stofuhita

4 sneiðar af hágæða hvítu brauði

Um 2 matskeiðar af fíkjusultu

4 þunnar sneiðar af innfluttum ítölskum prosciutto

1. Smyrjið smá smjöri á aðra hliðina á hverri brauðsneið. Smyrjið um 2 tsk af fíkjusultu ofan á smjörið á hverja sneið.

tveir. Setjið tvær sneiðar af Serrano skinku í miðjuna á sneiðunum. Setjið brauðsneiðarnar sem eftir eru, með sultuhliðinni niður, ofan á Serrano skinkuna.

3. Skerið skorpuna af brauðinu með stórum matreiðsluhníf. Skerið samlokurnar í tvennt á ská til að mynda tvo þríhyrninga. Berið fram strax eða setjið plastfilmu yfir og geymið í kæli.

Amaretto bakuð epli

Mele al'Amaretto

Gerir 6 skammta

Amaretto er sætur áfengi; Amaretti eru stökkar smákökur. Báðar ítölsku vörurnar eru bragðbættar með tvenns konar möndlum: hinni kunnuglegu afbrigði og örlítið beiskju möndlunni, sem er ekki borðuð eins og hún er, þó hún sé oft notuð á Ítalíu til að bragðbæta eftirrétti. Amaro þýðir bitur og bæði líkjörinn og smákökurnar fá nafn sitt af þessum möndlum. Hvort tveggja er víða fáanlegt: smákökur í sérverslunum og póstpöntunum og áfengi í mörgum áfengisverslunum.

Þekktasta vörumerkið af amaretti kex er pakkað í sérstakar rauðar krukkur eða kassa. Kökunum er pakkað inn í pör í pastelpappír. Það eru líka aðrar tegundir af amaretti sem pakka kökunum sérstaklega í poka. Ég á alltaf amaretti heima. Þær geymast lengi og eru góðar með tebollum eða sem hráefni í ýmsa sæta og bragðmikla rétti.

Gull epli eru þau sem ég fíla í bakstur. Þeir sem eru ræktaðir á staðnum eru sætir og stökkir en halda lögun sinni mjög vel þegar þeir eru steiktir.

6 bökunarepli, gyllt ljúffeng

6 amaretti

6 matskeiðar af sykri

2 matskeiðar af ósaltuðu smjöri

6 matskeiðar af amaretto eða rommi

1.Settu grindina í miðjan ofninn. Forhitið ofninn í 375 ° F. Smyrjið eldfast mót sem er nógu stórt til að halda eplum uppréttri.

tveir. Fjarlægðu eplakjarnana og afhýðaðu eplin um tvo þriðju hluta niður frá enda stilksins.

3.Setjið amaretti kökurnar í plastpoka og myljið þær létt með þungum hlut eins og kökukefli. Blandið myljunni saman við sykur og smjör í meðalstórri skál.

Fjórir. Fylltu smá af blöndunni í miðju hvers epli. Hellið amaretto yfir eplin. Hellið 1 bolla af vatni utan um eplin.

5.Bakið í 45 mínútur eða þar til eplin eru orðin mjúk þegar þau eru stungin með hníf. Berið fram heitt eða við stofuhita.

Eplaköku Liviu

Torta di Mele alla Livia

Gerir 8 skammta

Vinkona mín Livia Colantonio býr í Umbria á bæ sem heitir Podernovo. Bærinn ræktar Chianina nautgripi, ræktar ýmsar vínþrúgur og flöskur vín sem bera merkið Castello delle Regine.

Gestir geta gist í einu af fallega endurgerðu gistiheimilunum í Podernovo, aðeins 45 mínútum frá Róm, og notið friðsæls frís. Livia gerir þessa einföldu en tilkomumiklu „tertu" sem er alltaf frábær eftir haust- eða vetrarmáltíð. Þetta er ekki kaka í hefðbundnum skilningi, þar sem hún er nánast eingöngu úr eplum, með örfáum kexmola á milli laga til að halda í sumum ávaxtasafanum. Berið fram með þeyttum rjóma eða romm rúsínuís.

Þú þarft kringlótt steikarpönnu eða eldfast mót sem er 9 tommur á breidd og 3 tommur djúpt. Notaðu kökuform, eldfast mót eða eldfast mót, en ekki nota springform því eplasafinn rennur út.

12 amaretti

3 pund gyllt ljúffengt, Granny Smith eða annað þétt epli (um 6 stór)

1 1/2 bolli sykur

1. Setjið amaretti kökurnar í plastpoka og myljið þær létt með þungum hlut eins og kökukefli. Þú ættir að hafa um 3/4 bolla af mola.

tveir. Afhýðið eplin og skerið þau langsum í fjóra hluta. Skerið fjórðungana í 1/8 tommu þykkar sneiðar.

3. Settu grindina í miðjan ofninn. Forhitið ofninn í 350 ° F. Smyrjið ríkulega 9×3 tommu kringlótt bökunarform eða rörpönnu. Klæðið botninn á forminu með hring af bökunarpappír. Smyrjið pappírinn.

Fjórir. Gerðu lag af eplum sem fer örlítið yfir botninn á pönnunni. Stráið smá mola og sykri yfir. Raðið til skiptis eplasneiðunum sem eftir eru á pönnuna með afganginum af mylsnunni og sykrinum. Eplasneiðar þurfa ekki að vera snyrtilegar. Leggið álpappír ofan á og mótið hana yfir brúnina á pönnunni.

5. Bakið eplin í eina og hálfa klukkustund. Opnaðu lokið og bakaðu í 30 mínútur í viðbót eða þar til eplin eru orðin mjúk

þegar þau eru stungin með hníf og minnkað í rúmmáli. Flyttu steikarpönnuna yfir á grind. Látið kólna í að minnsta kosti 15 mínútur. Hlaupa hníf í kringum brúnina á pönnunni. Haltu á pönnunni með pottunum í hinni hendinni og settu flata framreiðsludiskinn ofan á pönnuna. Snúið báðum á hvolf til að flytja eplin yfir á diskinn.

6. Berið fram við stofuhita, skorið í sneiðar. Lokið með íláti á hvolfi og geymið í kæli í allt að 3 daga.

Apríkósur í sítrónusírópi

Albicocche al Limone

Gerir 6 skammta

Það er í raun engin þörf á að lækna fullkomlega þroskaðar apríkósur, en ef þú átt nokkrar sem eru ekki fullkomnar skaltu prófa að elda þær í einföldu sítrónusírópi. Berið soðnar apríkósur fram kaldar, mögulega með þeyttum rjóma bragðbætt með amaretto.

1 bolli kalt vatn

1 1/4 dl sykur eða eftir smekk

2 (2 tommu) ræmur af sítrónuberki

2 matskeiðar af ferskum sítrónusafa

1 kíló af apríkósum (um 8)

1. Blandið vatni, sykri, börknum og safa saman í pott eða pönnu sem geymir apríkósuhelmingana í einu lagi. Látið suðuna koma upp við vægan hita og eldið í 10 mínútur, snúið pönnunni einu sinni eða tvisvar.

tveir. Skerið apríkósurnar í tvennt og fjarlægið steinana. Setjið helmingana í sjóðandi sírópið. Eldið, snúið einu sinni, þar til ávextirnir eru mjúkir, um það bil 5 mínútur.

3.Látið apríkósurnar kólna í sírópinu í smá stund, hyljið síðan og kælið. Berið fram kalt.

Ber með sítrónu og sykri

Frutti di Bosco al Limone

Gerir 4 skammta

Ferskur sítrónusafi og sykur draga fram fullt bragð af berjunum. Prófaðu þetta með einni berjategund eða blöndu af þeim. Ef þú vilt skaltu stökkva skeið af sítrónuís eða sorbet yfir fullunnin ber.

Eitt af mínum uppáhaldsberjum, litla villta jarðarberið (fragoline del bosco), er algengt á Ítalíu en fæst ekki víða hér. Villt jarðarber hafa ljúffengan jarðarberjailm og auðvelt er að rækta þau í potti. Fræ eru fáanleg frá mörgum vörulistafyrirtækjum og þú getur keypt plöntur frá mörgum leikskóla hér í Bandaríkjunum.

1 bolli sneið jarðarber

1 bolli brómber

1 bolli bláber

1 bolli hindber

Nýkreistur sítrónusafi (um 2 matskeiðar)

Sykur (um 1 matskeið)

1.Blandið berjunum varlega saman í stórri skál. Stráið sítrónusafa og sykri yfir eftir smekk. Smakkið til og stillið kryddið.

tveir. Raðið berjunum á grunna rétta. Berið fram strax.

Jarðarber með balsamik ediki

Balsamic jarðarber

Gerir 2 skammta

Ef þú getur fundið lítil villt jarðarber, þekkt á ítölsku sem fragoline del bosco, notaðu þau í þennan eftirrétt. En venjuleg fersk jarðarber njóta líka góðs af fljótlegri marineringunni í þroskuðu balsamikediki. Eins og kreista af ferskum sítrónusafa á fiskbita eða salt á steik, eykur ákaft sætt og bragðmikið bragð balsamikediks marga rétti. Hugsaðu um það sem krydd í stað ediks.

Þú þarft líklega að kaupa gamalt balsamik edik í sérverslun. Í New York svæðinu er ein af uppáhalds heimildunum mínum Di Palo Fine Foods á Grand Street á Litlu Ítalíu (sjáHeimildir). Louis Di Palo er gangandi alfræðiorðabók um balsamikedik og öll önnur matvæli sem flutt eru inn frá Ítalíu. Í fyrsta skipti sem ég pantaði balsamik tók hann fram nokkrar flöskur og bauð öllum í búðinni sýnishorn um leið og hann útskýrði hverja og eina.

Besta balsamic er framleitt í héruðunum Modena og Reggio í Emilia-Romagna. Hann er mjúkur, flókinn og sírópríkur, hann bragðast meira eins og fullur líkjör en sterkur ediki og er oft drukkinn ljúffengur. Leitaðu að orðunum Aceto Balsamico Tradizionale á miðanum. Þó það sé dýrt, þá fer svolítið langt.

1 pint villt eða ræktuð jarðarber, skorin í sneiðar ef þau eru stór

2 msk úrvals aldrað balsamik edik eða eftir smekk

2 matskeiðar af sykri

Blandið jarðarberjunum saman við ediki og sykur í meðalstórri skál. Látið standa í 15 mínútur áður en borið er fram.

Hindber með mascarpone og balsamikediki

Lampone með mascarpone og balsamik

Gerir 4 skammta

Skolaðu alltaf viðkvæm hindber rétt áður en þú ert tilbúin að nota þau; ef þú þvær þau fyrr getur rakinn valdið því að þau skemmist hraðar. Athugaðu þær áður en þær eru bornar fram og fargið þeim sem sýna merki um myglu. Geymið berin í grunnu, afhjúpuðu íláti í kæli, en notaðu þau eins fljótt og auðið er eftir kaup, þar sem þau skemmast fljótt.

Mascarpone er þykkt, slétt krem sem kallast ostur, þó það hafi aðeins milt ostabragð. Áferð þess er svipuð og sýrðum rjóma eða aðeins þykkari. Ef þú vilt geturðu skipt út fyrir crème fraîche, ricotta eða sýrðan rjóma.

1 1/2 bolli mascarpone

Um 1/4 bolli sykur

1-2 matskeiðar af besta öldruðu balsamikediki

2 bollar hindber, létt skoluð og þurrkuð

1. Blandið mascarpone og sykri vel saman í lítilli skál. Bætið balsamik ediki eftir smekk. Látið standa í 15 mínútur og hrærið aftur.

tveir. Skiptið hindberjunum í 4 skammtaglös eða skál. Stráið mascarpone yfir og berið fram strax.

Kirsuber í Barolo

Ciliege al Barolo

Gerir 4 skammta

Hér eru sætu, þroskuðu kirsuberin steikt í Piemonte-stíl í Barolo eða öðru bragðmiklu rauðvíni.

³1/4 bolli sykur

1 bolli af Barolo eða öðru þurru rauðvíni

1 kíló af þroskuðum kirsuberjum

1 bolli þungur eða þungur rjómi, mjög kalt

1. Settu stóru skálina og hrærivélarþeytarana inn í kæliskáp í að minnsta kosti 20 mínútur áður en þú ert tilbúinn að þeyta rjómann.

tveir. Blandið saman sykri og víni í stórum potti. Látið suðuna koma upp og eldið í 5 mínútur.

3. Bætið kirsuberjunum út í. Þegar vökvinn hefur náð suðu, eldið þar til kirsuberin eru mjúk þegar þau eru stungin með hníf, um það bil 10 mínútur í viðbót. Látið kólna.

Fjórir. Takið skálina og hrærivélarnar úr ísskápnum rétt áður en þær eru bornar fram. Hellið rjómanum í skál og þeytið rjómann á miklum hraða þar til hann heldur lögun sinni varlega þegar pískunum er lyft, um 4 mínútur.

5.Hellið kirsuberjunum í framreiðsluskálar. Berið fram við stofuhita eða örlítið kælt með þeyttum rjóma.

heitar ristaðar kastaníuhnetur

Caldarroste

Gerir 8 skammta

Marteinsdagur, 11. nóvember, er haldinn hátíðlegur um alla Ítalíu með heitum ristuðum kastaníuhnetum og fersku rauðvíni. Hátíðin markar ekki aðeins hátíð hins ástkæra dýrlinga, sem var þekktur fyrir góðvild sína við fátæka, heldur einnig lok vaxtarskeiðsins, daginn þegar landið hvílir á veturna.

Brenndar kastaníuhnetur eru líka klassískt áferð á vetrarhátíðarmáltíðum um Ítalíu. Ég setti þær í ofninn til að elda þegar við setjumst niður að borða og eftir að við erum búin að undirbúa aðalréttinn eru þær tilbúnar til að borða.

1 kíló af ferskum kastaníuhnetum

1. Settu grindina í miðjan ofninn. Forhitið ofninn í 425° F. Skolið kastaníuhnetur og þurrkið þær. Settu kastaníuhneturnar með flatri hlið niður á skurðbrettið. Notaðu oddinn á litlum, beittum hníf, skerðu varlega X ofan á hvern.

tveir. Settu kastaníuhneturnar á stóra, trausta álpappír. Brjóttu annan endann yfir hinn til að loka kastaníuhnetunum. Brjótið endana saman til að loka. Settu pakkann á bökunarplötu. Ristið kastaníuhneturnar þar til þær eru orðnar þroskaðar, stungið í þær með litlum hníf, um 45-60 mínútur.

3.Flyttu álpappírspakkann yfir á vírgrind til að kólna. Látið kastaníuna vafinn í álpappír í 10 mínútur. Berið fram heitt.

varðveittar fíkjur

Marmellata di Fichi

Gerir 1 1/2 lítra

Fíkjutré, bæði tam og villt, vaxa um alla Ítalíu, nema á nyrstu svæðum þar sem of kalt er. Vegna þess að þær eru svo sætar og víða fáanlegar eru fíkjur notaðar í marga eftirrétti, sérstaklega á Suður-Ítalíu. Þroskaðar fíkjur geymast ekki vel, svo síðsumars er hægt að geyma þær í gnægð á mismunandi hátt. Í Puglia eru fíkjur soðnar í vatni til að búa til þykkt, sætt síróp sem er notað í eftirrétti. Fíkjur eru líka þurrkaðar í sólinni eða úr þeim eru búnar til niðursoðnar fíkjur.

Auðvelt er að útbúa litla lotu af geymdum fíkjum og geymist í kæli í allt að mánuð. Til lengri geymslu ætti að pressa sultuna (eftir öruggum geymsluaðferðum) eða frysta. Berið fram með rifnum osti sem meðlæti eða á smurðu pekanbrauði í morgunmat.

1 1/2 kíló af ferskum þroskuðum fíkjum, skolaðar og þurrkaðar

2 bollar af sykri

2 sneiðar af sítrónuberki

1. Flysjið fíkjurnar og skerið þær í fernt. Settu þær í meðalstóra skál ásamt sykri og sítrónuberki. Blandið vel saman. Lokið og kælið yfir nótt.

tveir. Daginn eftir skaltu flytja innihald skálarinnar í stóran, þungan pott. Látið suðu koma upp við meðalhita. Eldið, hrærið af og til, þar til blandan þykknar aðeins, um það bil 5 mínútur. Prófaðu hvort blandan sé nógu þykk með því að setja dropa af örlítið kældum vökva á milli þumalfingurs og vísifingurs. Ef blandan myndar band þegar þumalfingur og fingur eru örlítið í sundur, þá er varðveitan tilbúin.

3. Hellið í sótthreinsaðar krukkur og geymið í kæli í allt að 30 daga.

súkkulaðidýfðar fíkjur

Fichi al Cioccolato

Gerir 8-10 skammta

Rakar þurrkaðar fíkjur fylltar með valhnetum og dýfðar í súkkulaði henta vel í eftirmatinn.

Mér finnst gott að kaupa niðursoðinn appelsínuberki frá Kalustyan's, verslun í New York sem sérhæfir sig í kryddi, þurrkuðum ávöxtum og hnetum. Vegna þess að þeir selja svo mikið er það alltaf ferskt og fullt af bragði. Margar aðrar sérverslanir selja góðar appelsínubörkur. Einnig er hægt að sækja um í pósti (sjáHeimildir). Kandíað appelsínubörkur og aðrir ávextir úr matvöruverslunum eru skornir í litla bita og eru yfirleitt þurrir og bragðlausir.

18 rakar þurrkaðar fíkjur (um 1 pund)

18 ristaðar möndlur

1 1/2 bolli niðursoðinn appelsínuberki

4 aura bitursætt súkkulaði, saxað eða brotið í litla bita

2 matskeiðar af ósaltuðu smjöri

1.Klæddu pönnu með vaxpappír og settu kæligrind ofan á. Gerðu smá innskot neðst á hverri mynd. Bætið möndlu- og appelsínuberkinum við fíkjurnar. Lokaðu því með því að kreista bilið.

tveir. Bræðið súkkulaðið og smjörið í um það bil 5 mínútur efst á tvöföldum katli sem settur er yfir sjóðandi vatn. Takið af hitanum og hrærið þar til slétt er. Látið standa í 5 mínútur.

3.Dýfið hverri fíkju í bráðið súkkulaði og setjið á grind. Þegar allar fíkjur eru komnar í bleyti, setjið plötuna inn í kæli til að harðna súkkulaðið, í um 1 klst.

Fjórir. Setjið fíkjurnar í loftþétt ílát og aðskiljið hvert lag með vaxpappír. Geymið í kæli í allt að 30 daga.

Fíkjur í vínsírópi

Skrá hér að neðan sem Contadina

Gerir 8 skammta

Þurrkaðar kali myrna og California mission fíkjur eru rakar og ríkar. Hægt er að nota annað hvort afbrigði fyrir þessa uppskrift. Eftir veiði eru þær góðar einar sér eða bornar fram með ís eða þeyttum rjóma. Þeir fara líka vel með gorgonzola osti.

1 bolli vin santo, marsala eða þurrt rauðvín

2 matskeiðar af hunangi

2 (2 tommu) ræmur af sítrónuberki

18 rakar þurrkaðar fíkjur (um 1 pund)

1. Blandið vin santo, hunangi og sítrónuberki saman í meðalstóran pott. Látið suðuna koma upp og eldið í 1 mínútu.

tveir. Bætið við fíkjunum og köldu vatni til að hylja þær. Látið suðuna koma upp við vægan hita og setjið lok á pottinn. Eldið þar til fíkjurnar eru mjúkar, um það bil 10 mínútur.

3. Færið fíkjurnar úr pottinum í skál með skál. Sjóðið vökva, án loks, þar til hann hefur minnkað og þykknað aðeins, um það bil 5 mínútur. Hellið sírópinu yfir fíkjurnar og látið kólna. Geymið í kæli í að minnsta kosti 1 klukkustund og allt að 3 daga. Berið fram örlítið kælt.

Bakaðar fíkjur Dóru

Skrá til Forno

gerir 2 tugi

Þurrkaðar fíkjur fylltar með valhnetum eru sérgrein Pugliese. Þessi uppskrift er frá vinkonu minni Dora Marzovilla, sem framreiðir þær sem snarl eftir kvöldmat á veitingastað fjölskyldu sinnar í New York, I Trulli. Berið fíkjurnar fram með glasi af eftirréttvíni eins og Moscato di Pantelleria.

24 rakar þurrkaðar fíkjur (um 1 1/2 pund), stilkurenda fjarlægðir

24 ristaðar möndlur

1 matskeið af fennelfræjum

1 1/4 bolli lárviðarlauf

1. Settu grindina í miðjan ofninn. Forhitaðu ofninn í 350 ° F. Fjarlægðu sterka stilkaenda af hverri mynd. Skerið botninn af fíkjunum með litlum hníf. Þrýstu möndlunni í fíkjurnar og kreistu opið lokað.

tveir. Setjið fíkjurnar á bökunarplötu og bakið í 15-20 mínútur eða þar til þær eru ljósbrúnar. Látið kólna á grind.

3.Settu fíkjurnar í loftþétt 1 lítra gler eða plastílát. Stráið nokkrum fennelfræjum ofan á. Toppið með lagi af lárviðarlaufum. Endurtaktu lög þar til öll innihaldsefni eru notuð. Lokið og geymið á köldum stað (en ekki í kæli) í að minnsta kosti 1 viku áður en það er borið fram.

Hunangsmynta í sírópi

Melóna undir myntu

Gerir 4 skammta

Eftir góðan fiskmat á veitingastað við sjávarsíðuna á Sikiley var boðið upp á þessa ferska samsetningu af hunangsmelónu sem var böðuð í fersku myntusírópi.

1 bolli kalt vatn

1 1/2 bolli sykur

1/2 bolli pakkað fersk myntulauf og fleira til skrauts

8-12 sneiðar af afhýddum þroskuðum hunangsmelónu

1. Blandið vatni, sykri og myntulaufum saman í pott. Látið suðuna koma upp og eldið í 1 mínútu eða þar til blöðin mýkjast. Takið af hitanum. Látið kólna og Sigtið sírópið í gegnum fínt sigti í skál þannig að myntublöðin séu síuð.

tveir. Setjið melónuna í skál og hellið sírópinu yfir melónuna. Kælið í smá stund í kæli. Berið fram skreytt með myntulaufum.

Appelsínur í appelsínusírópi

Arancia Marinade

Gerir 8 skammta

Safaríkar appelsínur í sætu sírópi eru fullkominn eftirréttur eftir staðgóða máltíð. Mér finnst gott að bera þær fram sérstaklega á veturna þegar ferskar appelsínur eru upp á sitt besta. Appelsínurnar á fatinu líta svo fallegar út með appelsínuberkinum og freyðisýrópinu. Að öðrum kosti, skera appelsínur í sneiðar og sameina með sneiðum þroskaðum ananas. Berið appelsínusósuna fram yfir allt.

8 stórar stöng appelsínur

1 1/4 bollar sykur

2 msk brandy eða appelsínulíkjör

1. Penslið appelsínurnar með pensli. Klippið endana. Fjarlægðu litaða hlutann (börkinn) af appelsínuberkinum með því að nota grænmetisskrælara í breiðum strimlum. Forðastu að grafa í bitur hvítu þunglyndi. Staflaðu börkstrimlum og skerðu þær í mjóar eldspýtur.

tveir. Fjarlægðu hvíta kjarnann úr appelsínunum. Raðið appelsínunum á framreiðsludisk.

3.Látið suðu koma upp í litlum potti af vatni. Bætið appelsínuberkinum út í og eldið við vægan hita. Eldið í 1 mínútu. Tæmið hýðið og skolið með köldu vatni. Endurtaktu. (Þetta mun hjálpa til við að fjarlægja eitthvað af beiskjunni úr skorpunni.)

Fjórir. Setjið sykurinn og 1/4 bolla af vatni í annan lítinn pott yfir meðalhita. Látið suðuna koma upp í blöndunni. Eldið þar til sykurinn bráðnar og sírópið þykknar, um það bil 3 mínútur. Bætið appelsínuberkinum út í og eldið í 3 mínútur í viðbót. Látið kólna.

5.Bætið appelsínu koníaki út í innihaldið í pottinum. Fjarlægðu appelsínubörkinn af sírópinu með gaffli og settu ofan á appelsínurnar. Hellið sírópinu með skeið. Lokið og kælið í allt að 3 klukkustundir þar til það er tilbúið til framreiðslu.

Gratín appelsínur með Zabaglione

Arancia allo Zabaglione

Gerir 4 skammta

Gratiné er franskt orð sem þýðir að brúna yfirborð fats. Það er venjulega notað fyrir bragðmikla rétti stráð með brauðrasp eða osti til að brúna.

Zabaglione er venjulega borið fram eitt og sér eða sem sósa fyrir ávexti eða kökur. Hér er því hellt yfir appelsínurnar og steikt í stutta stund þar til þær eru ljósbrúnar og rjómalöguð hjúp myndast. Banana, kíví, ber eða önnur ber má líka útbúa á þennan hátt.

6 stöng appelsínur, skrældar og þunnar sneiðar

sabayon

1 stórt egg

2 stórar eggjarauður

1/3 bolli sykur

⅓ bolli þurrt eða sætt Marsala

1. Forhitið grillið. Raðið appelsínusneiðunum í eldfast mót sem skarast aðeins.

tveir. Búðu til zabaglione: Fylltu lítinn pott eða botninn á potti með 2 tommu af vatni. Látið suðuna koma upp við vægan hita. Blandið egginu, eggjarauðunum, sykri og Marsala saman í skál sem er stærri en brún pottsins eða efst á bain-marie. Þeytið með rafmagnshrærivél þar til froðukennt. Setjið yfir pott með sjóðandi vatni. Þeytið þar til blandan er föl á litinn og heldur einsleitri lögun þegar pískunum er lyft, um það bil 5 mínútur.

3. Dreifið zabaglione á appelsínurnar. Setjið fatið undir grillið í 1-2 mínútur eða þar til zabaglione er brúnt á stöðum. Berið fram strax.

Hvítar ferskjur í Asti Spumante

Pesche Bianche í Asti Spumante

Gerir 4 skammta

Asti Spumante er sætt og freyðandi eftirréttarvín frá Piemonte á norðvesturhluta Ítalíu. Það hefur viðkvæmt bragð og ilm af appelsínublóma, sem kemur úr Muscat þrúgum. Ef þú finnur ekki hvítar ferskjur, virka gular ferskjur vel eða koma í staðinn fyrir aðra sumarávexti eins og nektarínur, plómur eða apríkósur.

4 stórar þroskaðar hvítar ferskjur

1 skeið af sykri

8 oz kalt Asti Spumante

1. Afhýðið og kjarnhreinsið ferskjurnar. Skerið þær í þunnar sneiðar.

tveir. Blandið ferskjunum saman við sykurinn og látið standa í 10 mínútur.

3. Skeið ferskjunum í glös eða parfait glös. Hellið Asti Spumante út í og berið fram strax.

Ferskjur í rauðvíni

Rauðvín Pesche

Gerir 4 skammta

Ég man eftir því að hafa horft á afa skera upp heimaræktuðu hvítu ferskjurnar sínar til að bleyta í rauðvínskönnu. Sætir ferskjusafar tamdu alla hörku vínsins. Hvítar ferskjur eru í uppáhaldi hjá mér en gular ferskjur eða nektarínur eru líka góðar.

1⁄3 bolli sykur eða eftir smekk

2 bollar af ávaxtaríku rauðvíni

4 þroskaðar ferskjur

1.Blandið saman sykri og víni í meðalstórri skál.

tveir. Skerið ferskjurnar í tvennt og fjarlægið steinana. Skerið ferskjurnar í litla bita. Blandið þeim saman við vínið. Lokið og kælið í 2-3 klst.

3.Hellið ferskjum og víni í glasið og berið fram.

Amaretti fylltar ferskjur

Pesche al Forno

Gerir 4 skammta

Þetta er uppáhalds eftirréttur Piedmont. Berið fram með ferskum rjóma eða ofan á ís.

8 miðlungs ferskjur, ekki of þroskaðar

8 amaretti

2 matskeiðar af mjúku ósaltuðu smjöri

2 matskeiðar af sykri

1 stórt egg

1. Settu grindina í miðjan ofninn. Hitið ofninn í 375 ° F. Smyrjið eldfast mót sem er nógu stórt til að halda ferskjuhelmingunum í einu lagi.

tveir. Setjið amaretti kökurnar í plastpoka og myljið þær létt með þungum hlut eins og kökukefli. Þú ættir að hafa um 1/2 bolla. Þeytið smjörið og sykurinn saman í meðalstórri skál og bætið molunum saman við.

3. Fylgdu línunni í kringum ferskjurnar, skerðu þær í tvennt og fjarlægðu steinana. Notaðu greipaldinsskeið eða melónukúlu til að ausa eitthvað af ferskjumassanum úr miðjunni til að víkka opið og bæta við molablönduna. Bætið egginu út í blönduna.

Fjórir. Setjið ferskjuhelmingana með skurðhliðinni upp á disk. Hellið smá af molablöndunni í hvern ferskjuhelming.

5. Bakið í 1 klukkustund eða þar til ferskjurnar eru mjúkar. Berið fram heitt eða við stofuhita.

Perur í appelsínusósu

Pere all 'Arancia

Gerir 4 skammta

Þegar ég heimsótti Önnu Tasca Lanza á Regaleali, víngerð fjölskyldu hennar á Sikiley, gaf hún mér af frábæru mandarínusultu til að taka með heim. Anna notar sultuna bæði sem álegg og eftirréttsósu og hún veitti mér innblástur til að blanda henni út í skálina af perunum sem ég hef eldað. Perurnar voru með fallegan gylltan gljáa og leist öllum vel á lokaútkomuna. Núna geri ég þennan eftirrétt oft. Þar sem sultubirgðir sem Anna gaf mér kláruðust fljótt, nota ég hágæða appelsínumarmelaði sem keypt er í verslun.

1 1/2 bolli sykur

1 bolli þurrt hvítvín

4 þroskaðar perur eins og Anjou, Bartlett eða Bosc

1/3 bolli appelsínumarmelaði

2 matskeiðar af appelsínulíkjör eða rommi

1. Blandið saman sykrinum og víni í potti sem er nógu stórt til að halda perunum uppréttum. Látið suðuna koma upp við meðalhita og eldið þar til sykurinn leysist upp.

tveir. Bætið perunum út í. Setjið lok á pönnuna og eldið í um 30 mínútur eða þar til perurnar eru mjúkar þegar þær eru stungnar með hníf.

3. Notaðu skál til að flytja perurnar yfir á framreiðsludisk. Bætið sultunni út í vökvann í pottinum. Látið suðuna koma upp og eldið í 1 mínútu. Takið af hitanum og bætið við líkjörnum. Hellið sósunni yfir og utan um perurnar. Lokið og kælið í ísskáp í að minnsta kosti 1 klukkustund áður en borið er fram.

Perur með marsala og rjóma

Pera al Marsala

Gerir 4 skammta

Ég útbjó perur á þennan hátt á trattoríu í Bologna. Ef þú gerir þær rétt fyrir kvöldmat, munu þær hafa réttan hita þegar þú ert tilbúinn í eftirrétt.

Þurrt og sætt Marsala sem flutt er inn frá Sikiley er að finna, þótt þurrt sé af betri gæðum. Hvort tveggja er hægt að nota til að búa til eftirrétti.

4 stórar Anjou, Bartlett eða Bosc perur, ekki ofþroskaðar

1 1/4 bolli sykur

1 1/2 bolli vatn

1 1/2 bolli þurrt eða sætt Marsala

1 1/4 bolli þungur rjómi

1. Afhýðið perurnar og skerið þær í tvennt eftir endilöngu.

tveir.Látið sykur og vatn sjóða við meðalhita í potti sem er nógu stór til að halda peruhelmingunum í einu lagi. Hrærið til að leysa upp sykurinn. Bætið perunum út í og setjið lok á pönnuna. Eldið í 5-10 mínútur eða þar til perurnar eru næstum mjúkar þegar þær eru stungnar með gaffli.

3.Flyttu perurnar yfir á disk með skál. Bætið Marsala á pönnuna og látið suðuna koma upp. Eldið þar til sírópið er aðeins þykkt, um það bil 5 mínútur. Bætið rjómanum út í og látið malla í aðrar 2 mínútur.

Fjórir. Setjið perurnar aftur á pönnuna og dreypið sósunni yfir. Færið perurnar yfir á diska og hellið sósunni yfir þær. Látið kólna í stofuhita áður en það er borið fram.

Perur með volgri súkkulaðisósu

Pere Affogato al Cioccolato

Gerir 6 skammta

Ferskar perur dýfðar í súkkulaðisósu eru klassískur evrópskur eftirréttur. Ég átti hana í Bologna þar sem súkkulaðisósan var gerð með Majani súkkulaði, staðbundnu vörumerki sem því miður fer ekki langt frá heimabæ sínum. Notaðu gæða súkkulaði. Eitt vörumerki sem mér líkar við, Scharffen Berger, er framleitt í Kaliforníu.

6 Anjou, Bartlett eða Bosc perur, ekki ofþroskaðar

2 bollar af vatni

$3 1/4$ bolli sykur

4 (2 × 1/2 tommu) appelsínubörkur ræmur, skornar í stangir

11/2 bolliheit fudge sósu

1. Afhýðið perurnar, látið stilkarnir vera ósnortna. Skerið kjarnann og fræin úr botninum á perunum með melónuskeiði eða lítilli skeið.

tveir. Hitið vatnið, sykur og appelsínubörk að suðu við vægan hita í nógu stórum potti til að halda öllum perunum uppréttum. Hrærið þar til sykurinn leysist upp.

3.Bætið perunum út í og lækkið hitann. Lokið pönnunni og eldið perurnar, snúið einu sinni, í 20 mínútur eða þar til þær eru mjúkar þegar þær eru stungnar í gegn með litlum hníf. Látið perurnar kólna í sírópinu.

Fjórir.Þegar þú ert tilbúinn til að bera fram skaltu búa til súkkulaðisósu.

5.Flyttu perurnar yfir á diska með skál. (Geymið sírópið þakið og geymið í kæli til annarra nota, eins og að blanda saman við niðurskorna ávexti fyrir salat.) Dreypið volgri súkkulaðisósu yfir. Berið fram strax.

Perur með rommi

Pere al Rhum

Gerir 6 skammta

Sætt, milt, næstum blómlegt bragð af þroskaðri peru passar vel með mörgum öðrum bragðtegundum. Ávextir eins og appelsínur, sítrónur og ber og margir ostar fara vel með þeim og Marsala og þurr vín eru oft notuð til að steypa perur. Í Piedmont kom mér skemmtilega á óvart að vera bornar fram þessar hægsoðnu perur í krydduðu rommsírópi með einfaldri heslihnetuköku.

6 Anjou, Bartlett eða Bosc perur, ekki ofþroskaðar

1 1/4 bolli púðursykur

1/4 bolli dökkt romm

1 1/4 bolli vatn

4 heil negul

1. Afhýðið perurnar, látið stilkarnir vera ósnortna. Skerið kjarnann og fræin úr botninum á perunum með melónuskeiði eða lítilli skeið.

tveir. Í potti sem er nógu stór til að geyma perurnar, sykur, romm og vatn, hrærið við meðalhita þar til sykurinn leysist upp, um það bil 5 mínútur. Bætið perunum út í. Dreifið negulunum í kringum ávextina.

3. Lokið pönnunni og látið vökvann sjóða. Eldið við vægan hita í 15-20 mínútur eða þar til perurnar eru orðnar meyrar þegar þær eru stungnar með hníf. Notaðu skál til að flytja perurnar yfir á framreiðsludisk.

Fjórir. Sjóðið vökvann undir loki þar til hann hefur gufað upp og þykknað. Síið vökvanum yfir perurnar. Látið kólna.

5. Berið fram við stofuhita eða lokið og kælið í kæli.

Pecorino bragðbætt perur

Pere allo Spezie og Pecorino

Gerir 6 skammta

Toskanar eru stoltir af framúrskarandi pecorino osti sínum. Hver borg hefur sína útgáfu og hver og einn bragðast aðeins öðruvísi en hinar, allt eftir því hvernig hún hefur eldast og hvaðan mjólkin kemur. Ostar eru yfirleitt borðaðir frekar ungir og enn hálfharðir. Þegar það er borðað sem eftirréttur er stundum smá hunangi bætt við ostinn eða hann borinn fram með perum. Mér líkar þessi fágaða útfærsla sem ég fékk á Montalcino: pecorino borinn fram með perum soðnum í staðbundnu rauðvíni og kryddi og ferskum valhnetum.

Að sjálfsögðu eru perur líka bornar fram einar sér eða með stórri rjómabollu.

6 miðlungs Anjou, Bartlett eða Bosc perur, ekki ofþroskaðar

1 bolli þurrt rauðvín

1 1/2 bolli sykur

1 stafur kanill (3 tommur)

4 heil negul

8 aura Pecorino Toscano, Asiago eða Parmigiano-Reggiano ostur, skorinn í 6 stykki

12 valhnetuhelmingar, ristaðir

1. Settu grindina í miðjan ofninn. Forhitið ofninn í 450°F. Settu perurnar í eldfast mót sem er nógu stórt til að halda þeim uppréttum.

tveir. Blandið víni og sykri þar til sykurinn mýkist. Hellið blöndunni yfir perurnar. Dreifið kanil og negul utan um perurnar.

3. Bakið perurnar, stráið víninu af og til, í 45-60 mínútur eða þar til perurnar eru mjúkar þegar þær eru stungnar með hníf. Ef vökvinn byrjar að þorna áður en perurnar eru soðnar skaltu bæta smá volgu vatni á pönnuna.

Fjórir. Látið perurnar kólna á diski og penslið þær af og til með pönnusafa. (Þegar safinn kólnar munu þeir þykkna og hjúpa perurnar í ríkum rauðum gljáa.) Fjarlægðu kryddið.

5. Berið perurnar fram með sírópinu við stofuhita eða aðeins kældar. Raðið á diska með tveimur valhnetuhelmingum og osti.

Steiktar perur með Gorgonzola

Pere al Gorgonzola

Gerir 4 skammta

Snyrtilegt bragðið af Gorgonzola blandað við sléttan rjóma er bragðgóður viðbót við þessar soðnu perur í sítrónuhvítvínssírópi. Stráð af pistasíuhnetum bætir við björtum litum. Anjou, Bartlett og Bosc perur eru uppáhalds veiðiafbrigðin mín vegna þess að mjótt lögun þeirra gerir þeim kleift að þroskast jafnt. Steiktar perur halda lögun sinni best þegar ávöxturinn er ekki ofþroskaður.

2 bollar þurrt hvítvín

2 matskeiðar af ferskum sítrónusafa

$3$1/4 bolli sykur

2 (2 tommu) ræmur af sítrónuberki

4 perur eins og Anjou, Bartlett eða Bosc

4 oz gorgonzola

2 matskeiðar af ricotta, mascarpone eða þungum rjóma

2 matskeiðar af söxuðum pistasíuhnetum

1. Blandið saman víni, sítrónusafa, sykri og sítrónuberkninum í meðalstóran pott. Látið suðuna koma upp og eldið í 10 mínútur.

tveir. Á meðan skaltu afhýða perurnar og skera þær í tvennt eftir endilöngu. Fjarlægðu kjarnana.

3. Renndu perunum ofan í vínsírópið og eldaðu þar til þær eru mjúkar þegar þær eru stungnar með hníf, um það bil 10 mínútur. Látið kólna.

Fjórir. Notaðu göt með skeið, flyttu tvo peruhelminga á hvern framreiðsludisk, með kjarnahliðinni upp. Dreypið sírópinu utan um perurnar.

5. Í lítilli skál, stappið gorgonzola með ricotta í slétt deig. Hellið smá af ostablöndunni inn í hvern peruhelming að innan. Stráið pistasíuhnetum yfir. Berið fram strax.

Peru- eða eplabúðingskaka

Budino di Pere eða Mele

Gerir 6 skammta

Þessi eftirréttur er ekki kaka eða búðingur, heldur samanstendur af ávöxtum sem eru soðnir þar til þeir eru þroskaðir og síðan bakaðir með örlítið kökulíkri fyllingu. Það er gott með eplum eða perum eða jafnvel ferskjum eða plómum.

Mér finnst gott að nota dökkt romm til að bragðbæta þennan eftirrétt, en ljós romm, koníak eða jafnvel Grappa má skipta út.

$3 1/4$ bolli rúsínur

$1 1/2$ bolli af dökku rommi, koníaki eða grappa

2 matskeiðar af ósaltuðu smjöri

8 þroskaðar perur eða epli, skrældar og skornar í 1/2 tommu sneiðar

1/3 bolli sykur

Auka

6 matskeiðar af ósöltuðu smjöri, brætt og kælt

1/3 bolli sykur

1 1/2 bolli alhliða hveiti

3 stór egg, aðskilin

tveir 1/3 bolli nýmjólk

2 matskeiðar af dökku rommi, koníaki eða grappa

1 tsk af hreinu vanilluþykkni

Klípa af salti

flórsykur

1. Blandið rúsínum og rommi saman í lítilli skál. Látið standa í 30 mínútur.

tveir. Bræðið smjörið á stórri pönnu við meðalhita. Bætið ávöxtunum og sykri út í. Eldið, hrærið af og til, þar til ávextirnir eru næstum mjúkir, um það bil 7 mínútur. Bætið við rúsínum og rommi. Eldið í aðrar 2 mínútur. Takið af hitanum.

3. Settu grindina í miðjan ofninn. Forhitaðu ofninn í 350 ° F. Smyrðu 13 x 9 x 2 tommu ofnform. Hellið ávaxtablöndunni í bökunarformið.

Fjórir. Búið til fyllinguna: Þeytið smjörið og sykurinn í stórri skál með hrærivél þar til það hefur blandast saman, um það bil 3 mínútur. Bætið hveitinu út í, bara til að blanda saman.

5. Þeytið eggjarauður, mjólk, romm og vanillu í meðalstórri skál. Blandið eggjablöndunni saman við hveitiblönduna þar til hún hefur blandast saman.

6. Í annarri stórri skál, með hreinum þeytara, þeytið eggjahvíturnar með salti á lágum hraða þar til þær eru froðukenndar. Aukið hraðann og þeytið þar til mjúkir toppar myndast, um 4 mínútur. Blandið eggjahvítunum varlega saman við afganginn af deiginu. Hellið deiginu yfir ávextina í bökunarforminu og bakið í 25 mínútur eða þar til yfirborðið er gullbrúnt og þétt viðkomu.

7. Berið fram heitt eða við stofuhita stráð flórsykri yfir.

Hlý ávaxtakompott

Calda ávaxtamolta

Gerir 6-8 skammta

Romm er oft notað til að bragðbæta eftirrétti á Ítalíu. Dökkt romm hefur dýpri bragð en ljós romm. Þú getur skipt út romminu í þessari uppskrift fyrir annan líkjör eða sætt vín eins og Marsala ef þú vilt. Eða gerðu óáfenga útgáfu með appelsínu- eða eplasafa.

2 þroskaðar perur, skrældar og kjarnhreinsaðar

1 gyllt ljúffengt eða Granny Smith epli, afhýtt og kjarnhreinsað

1 bolli steinhreinsaðar plómur

1 bolli þurrkaðar fíkjur, stilkurenda fjarlægðir

$1 1/2$ bolli þurrkaðar rifnar apríkósur

$1 1/2$ bolli svartar rúsínur

$1 1/4$ bolli sykur

2 (2 tommu) ræmur af sítrónuberki

1 bolli af vatni

1 1/2 bolli dökkt romm

1. Skerið perurnar og eplið í 8 hluta. Skerið sneiðarnar í litla bita.

tveir. Blandið öllu hráefninu saman í stórum potti. Lokið og látið malla við vægan hita. Eldið þar til ferskir ávextir eru mjúkir og þurrkaðir ávextir mjúkir, um 20 mínútur. Bætið við smá vatni ef þær virðast þurrar.

3. Kælið aðeins áður en það er borið fram eða hyljið og geymið í kæli í allt að 3 daga.

Feneyskur karamellulagaður ávöxtur

Golosezzi Veneziani

Gerir 8 skammta

Karamelluhúðin á þessum feneysku ávaxtaspjótum harðnar þannig að hún líkist karamelluepli. Þurrkaðu ávextina og gerðu þessar ávaxtaspjót á þurrum degi. Ef veðrið er rakt þá harðnar karamellan ekki almennilega.

1 mandarína eða klementína, afhýdd, skipt í hluta

8 lítil jarðarber, afhýdd

8 frælaus vínber

8 döðlur með gryfju

1 bolli af sykri

1 1/2 bolli létt maíssíróp

1 1/4 bolli vatn

1. Þræðið ávaxtabitana til skiptis á hvert af átta 6 tommu tréspjótum. Settu kæligrindina ofan á bakkann.

tveir. Blandið saman sykri, maíssírópi og vatni á pönnu sem er nógu stór til að hægt sé að spjótunum eftir endilöngu. Eldið við miðlungshita, hrærið af og til, þar til sykurinn er alveg uppleystur, um það bil 3 mínútur. Þegar blandan byrjar að sjóða skaltu hætta að hræra og elda þar til sírópið byrjar að brúnast í kringum brúnirnar. Hristu síðan pönnuna varlega yfir hitanum þar til sírópið er jafnt gullinbrúnt, um það bil 2 mínútur í viðbót.

3.Takið pönnuna af hitanum. Notaðu töng, dýfðu hverri teini hratt í sírópið og snúðu þannig að ávöxturinn er létt en alveg þakinn. Leyfðu umfram sírópinu að renna aftur í pottinn. Settu teinarnir á grind til að kólna. (Ef sírópið á pönnunni harðnar áður en allir teinarnir eru á kafi skaltu hita það varlega aftur.) Berið fram við stofuhita innan 2 klukkustunda.

Ávextir með hunangi og grappa

Composta di Frutta alla Grappa

Gerir 6 skammta

Grappa er tegund af brennivíni úr vinaccia, hýðinu og fræjunum sem verða eftir eftir að þrúgurnar eru pressaðar til að búa til vín. Það var tími þegar Grappa var grófur drykkur, aðallega drukkinn af verkamönnum og verkamönnum á Norður-Ítalíu til að hita þá upp á köldum vetrardögum. Í dag er Grappa mjög vandaður drykkur sem seldur er í hönnunarflöskum með skrauttöppum. Sumir grappas eru bragðbættir með ávöxtum eða kryddjurtum, en aðrir eru þroskaðir í viðartunnum. Notaðu venjulegt, bragðlaust grappa fyrir þetta ávaxtasalat og annan matreiðslu.

1/3 bolli hunang

1/3 bollar af grappa, koníaki eða ávaxtalíkjör

1 matskeið ferskur sítrónusafi

2 kíví, afhýdd og skorin í sneiðar

2 stöng appelsínur, afhýddar og skornar í sneiðar

1 pint jarðarber, skorin í sneiðar

1 bolli græn frælaus vínber, skorin í tvennt

2 meðalstórir bananar, skornir í sneiðar

1.Þeytið hunangið, Grappa og sítrónusafann í stóra skál.

tveir.Bætið við kívíum, appelsínum, jarðarberjum og vínberjum. Geymið í kæli í að minnsta kosti 1 klukkustund eða allt að 4 klukkustundir. Bætið grjónunum út í rétt áður en þær eru bornar fram.

vetrar ávaxtasalat

Makedónía að vetri til

Gerir 6 skammta

Á Ítalíu er ávaxtasalatið kallað Makedónía, vegna þess að því landi var einu sinni skipt í nokkra litla hluta sem voru settir saman í eina heild, rétt eins og salat er gert úr hæfilegum bitum af mismunandi ávöxtum. Á veturna, þegar ávaxtavalkostir eru takmarkaðir, útbúa Ítalir salöt eins og þetta með hunangi og sítrónusafa. Í staðinn, skiptu hunanginu út fyrir apríkósasultu eða appelsínumarmelaði.

3 matskeiðar af hunangi

3 matskeiðar af appelsínusafa

1 matskeið ferskur sítrónusafi

2 greipaldin, afhýdd og skorin í sneiðar

2 kíví, afhýdd og skorin í sneiðar

2 þroskaðar perur

2 bollar græn frælaus vínber, helminguð eftir endilöngu

1. Blandið hunangi, appelsínusafa og sítrónusafa saman í stóra skál.

tveir. Bætið ávöxtunum í skálina og blandið vel saman. Geymið í kæli að minnsta kosti 1 klst. eða allt að 4 klst áður en borið er fram.

grillaðir sumarávextir

Spiedini alla Frutta

Gerir 6 skammta

Grillaðir sumarávextir eru tilvalin til að grilla. Berið fram eitt sér eða með kökusneiðum og ís.

Ef þú notar tréspjót skaltu leggja þá í bleyti í köldu vatni í að minnsta kosti 30 mínútur til að koma í veg fyrir að þeir brenni.

2 nektarínur, skornar í 1 tommu bita

2 plómur, skornar í 1 tommu bita

2 perur, skornar í 1 tommu bita

2 apríkósur, skornar í fjórar

2 bananar, skornir í 1 tommu bita

fersk myntublöð

Um það bil 2 matskeiðar af sykri

1.Settu grillgrindina eða grillið í um 5 tommu fjarlægð frá hitagjafanum. Forhitið grillið eða grillið.

tveir. Skiptið ávaxtabitunum með myntulaufum á 6 teini. Stráið sykri yfir.

3.Grillið eða steikið ávextina í 3 mínútur á hinni hliðinni. Snúðu teinunum og grillaðu eða steiktu þar til þau eru ljósbrúnt, um það bil 2 mínútur í viðbót. Berið fram heitt.

Heitt ricotta með hunangi

Ricotta með hunangi

Gerir 2-3 skammta

Árangur þessa eftirréttar fer eftir gæðum ricottasins, svo keyptu það ferskasta sem völ er á. Þó að að hluta undanrenndur ricotta sé fínn, er undanrennan mjög kornótt og bragðgóð, svo ekki nota það. Ef þú vilt skaltu bæta við ferskum ávöxtum eða prófa rúsínur og klípa af kanil.

1 bolli nýmjólk ricotta

2 matskeiðar af hunangi

1. Setjið ricotta í litla skál yfir minni pott af sjóðandi vatni. Hitið þar til það er handheitt, um 10 mínútur. Blandið vel saman.

tveir. Raðið ricotta á diska. Dreypið hunangi yfir. Berið fram strax.

ricotta kaffi

Ricotta allt 'Caffè

Gerir 2-3 skammta

Hér er fljótlegur eftirréttur sem hentar mörgum afbrigðum. Berið fram með einföldum smákökum.

Ef þú getur ekki keypt fínmalað espresso, vertu viss um að keyra malað kaffið í gegnum kaffikvörn eða matvinnsluvél. Ef kornin eru of stór blandast eftirrétturinn ekki vel, sem gerir hann grófan.

1 bolli (8 oz.) ricotta í heilu lagi eða að hluta

1 matskeið fínmalað kaffi (espresso)

1 skeið af sykri

Súkkulaðiflögur

> Í meðalstórri skál, þeytið ricotta, espressó og sykur saman þar til blandan er slétt og sykurinn er uppleystur. (Ef þú vilt rjómameiri samkvæmni skaltu blanda hráefninu saman í matvinnsluvél.) Hellið í parfait glös eða glös og stráið súkkulaðibitum yfir. Berið fram strax.

Afbrigði: Fyrir súkkulaði í ricotta, skiptu kaffinu út fyrir 1 matskeið af ósykruðu kakói.

mascarpone og ferskjur

Mascarpone al Pesche

Gerir 6 skammta

Mjúkt og rjómakennt mascarpone og ferskjur með ferskum amaretti eru fallegar í parfaits eða vínglösum. Berið þennan eftirrétt fram í kvöldmat. Enginn mun giska á hversu auðvelt það er að gera.

1 bolli (8 oz) mascarpone

1 1/4 bolli sykur

1 matskeið ferskur sítrónusafi

1 bolli mjög kaldur þeyttur rjómi

3 ferskjur eða nektarínur, afhýddar og skornar í litla bita

1/3 bolli appelsínulíkjör, amaretto eða romm

8 amaretti smákökur, muldar í mola (um 1/2 bolli)

2 matskeiðar af ristuðum möndlusneiðum

1. Settu stóru skálina og hrærivélarhrærivélina inn í kæli að minnsta kosti 20 mínútum áður en þú ert tilbúinn að búa til eftirréttinn.

tveir. Þegar það er tilbúið skaltu þeyta mascarpone, sykur og sítrónusafa í meðalstórri skál. Takið skálina og þeyturnar úr ísskápnum. Hellið rjómanum í kælda skál og þeytið rjómann á miklum hraða þar til hann heldur varlega lögun sinni þegar pískunum er lyft, um það bil 4 mínútur. Blandið þeyttum rjómanum varlega saman við mascaponeblönduna með spaða.

3. Blandið ferskjum og líkjör í meðalstórri skál.

Fjórir. Hellið helmingnum af mascarpone kreminu í sex parfait- eða vínglös. Leggið ferskjurnar í lag og stráið amaretti mola ofan á. Toppið með því sem eftir er af rjóma. Lokið og kælið í allt að 2 klst.

5. Stráið möndlum yfir áður en borið er fram.

Súkkulaðimús með hindberjum

Spuma di Cioccolato al Lampone

Gerir 8 skammta

Þeyttur rjómi brotinn í mascarpone og súkkulaði er eins og instant súkkulaðimús. Hindber eru sæt og bragðgóð fylling.

1 pint af hindberjum

1-2 matskeiðar af sykri

2 matskeiðar af hindberja-, kirsuberja- eða appelsínulíkjör

3 aura af súkkulaði eða hálfsætu súkkulaði

$1$1/2 bolli (4 oz.) mascarpone, við stofuhita

2 bollar köld þeyta eða þungur rjómi

súkkulaðibitar til skrauts

1. Settu stóru skálina og hrærivélarhrærivélina inn í kæli að minnsta kosti 20 mínútum áður en þú ert tilbúinn að búa til eftirréttinn.

tveir.Þegar það er tilbúið skaltu blanda hindberjunum saman við sykur og líkjör í meðalstórri skál. Setja til hliðar.

3.Fylltu lítinn pott með tommu af vatni. Látið suðuna koma upp við vægan hita. Setjið súkkulaðið í ílát sem eru stærri en brúnin á pottinum og setjið ílátið yfir sjóðandi vatnið. Látið standa þar til súkkulaðið bráðnar. Takið af hitanum og hrærið súkkulaðið saman við þar til það er slétt. Látið kólna aðeins, um 15 mínútur. Brjótið mascarponeið saman við með gúmmíspaða.

Fjórir. Takið kalda skálina og hrærivélarnar úr ísskápnum. Hellið rjómanum í skál og þeytið rjómann á miklum hraða þar til hann heldur lögun sinni varlega þegar pískunum er lyft, um 4 mínútur.

5.Blandið helmingnum af rjómanum varlega saman við súkkulaðiblönduna með spaða og geymið hinn helminginn fyrir fyllinguna.

6.Hellið helmingnum af súkkulaðikreminu í átta parfait glös. Leggið hindberjum í lag. Hellið afganginum af súkkulaðikreminu. Toppið með þeyttum rjóma. Skreytið með súkkulaðispæni. Berið fram strax.

Tiramisú

Tiramisú

Gerir 8-10 skammta

Enginn er alveg viss um hvers vegna þessi eftirréttur er kallaður „pick me up" á ítölsku, en nafnið er talið koma frá koffíninu sem kaffi og súkkulaði gefur. Þó að klassíska útgáfan innihaldi hráar eggjarauður blandaðar með mascarpone, þá er útgáfan mín eggjalaus því mér líkar ekki við bragðið af hráum eggjum og finnst þær gera eftirréttinn þyngri en nauðsynlegt er.

Savoiardia (súrbrauð flutt inn frá Ítalíu) er víða fáanlegt, en hægt er að skipta út venjulegar svampkökur eða svamptertusneiðar. Ef þú vilt skaltu bæta nokkrum matskeiðum af rommi eða koníaki út í kaffið.

1 bolli köld þeyta eða þungur rjómi

1 kíló af mascarpone

1/3 bolli sykur

24 savoiards (innflutt ítalsk kex)

1 bolli bruggaður espresso við stofuhita

2 matskeiðar af ósykruðu kakódufti

1.Settu stóru skálina og hrærivélarhrærivélina inn í kæli að minnsta kosti 20 mínútum áður en þú ert tilbúinn að búa til eftirréttinn.

tveir.Þegar búið er að taka skálina og þeyturnar úr ísskápnum. Hellið rjómanum í skál og þeytið rjómann á miklum hraða þar til hann heldur lögun sinni varlega þegar pískunum er lyft, um 4 mínútur.

3.Blandið saman mascarpone og sykri í stórri skál þar til það er slétt. Taktu um þriðjung af þeyttum rjómanum og blandaðu honum varlega saman við mascarponeblönduna með sveigjanlegum spaða til að þynna hann út. Hrærið restinni af rjómanum varlega saman við.

Fjórir.Dýfðu helmingnum af savoiard létt og fljótt í kaffið. (Ekki fjölmenna þeim of mikið eða þá molna þær.) Raðið kökunum í einu lagi á 9 x 2 tommu ferninga eða kringlótta borðplötu. Hellið helmingnum af mascarpone kreminu yfir.

5. Dýfðu afganginum af Savoyards í kaffinu og settu ofan á mascarpone. Stráið restinni af mascarpone blöndunni ofan á og dreifið varlega með sleif. Setjið kakóið í fínt sigti og hristið ofan á eftirréttinn. Hyljið með filmu eða plastfilmu og geymið í kæli í 3-4 klukkustundir eða yfir nótt til að leyfa bragðinu að blandast saman. Það geymist vel í ísskáp í allt að 24 klst.

jarðarber tiramisu

Tiramisù undir Fragole

Gerir 8 skammta

Hér er jarðarberjaútgáfa af tiramisu sem ég fann í ítölsku matreiðslublaði. Mér finnst það meira að segja betra en kaffiútgáfan, en ég vil frekar alls kyns eftirrétti sem byggja á ávöxtum.

Maraschino er tær, örlítið beiskur ítalskur kirsuberjalíkjör nefndur eftir margs konar marasche-kirsuberjum. Maraschino er fáanlegur hér, en þú getur skipt út fyrir annan ávaxtalíkjör ef þú vilt.

3 lítra jarðarber, þvegin og afhýdd

1 1/2 bolli appelsínusafi

1/4 bolli maraschino, crème di cassis eða appelsínulíkjör

1 1/4 bolli sykur

1 bolli köld þeyta eða þungur rjómi

8 oz mascarpone

24 savoiardi (fingur ítalskrar konu)

1.Geymið 2 bolla af fallegustu jarðarberjunum til skrauts. Skerið restina. Blandið jarðarberjunum saman við appelsínusafann, líkjörinn og sykurinn í stórri skál. Látið standa við stofuhita í 1 klst.

tveir.Í millitíðinni skaltu setja stóra skál og hrærivélar hrærivélarinnar í kæliskápinn. Þegar búið er að taka skálina og þeyturnar úr ísskápnum. Hellið rjómanum í skál og þeytið rjómann á miklum hraða þar til hann heldur lögun sinni varlega þegar pískunum er lyft, um 4 mínútur. Brjótið mascarponeið varlega saman við með sveigjanlegum spaða.

3.Settu smákökur á 9 x 2 tommu ferninga eða kringlótta borðplötu. Hellið helmingnum af jarðarberjunum og safa þeirra út í. Smyrjið helmingnum af mascarpone kreminu yfir berin.

Fjórir. Endurtakið með öðru lagi af bollakökum, jarðarberjum og rjóma og dreifið kreminu varlega út með sleif. Lokið og kælið í 3-4 klukkustundir eða yfir nótt til að leyfa bragðinu að blandast saman.

5. Skerið afganginn af jarðarberjunum rétt áður en borið er fram og raðið í raðir ofan á.

ítalskt smáræði

Enskur Zuppa

Gerir 10-12 skammta

„Ensk súpa" er fyndið nafn á þessum ljúffenga eftirrétt. Talið er að ítalskir kokkar hafi fengið hugmyndina að láni frá ensku smáræðinu og bætt við ítölskum smáatriðum.

1Vin Santo hringireða 1 (12 aura) verslunarkeypt svampkaka, sneið, 1/4 tommu þykk

1/2 bolli kirsuberja- eða hindberjasulta

11/2 bolli dökkt romm eða appelsínulíkjör

    21/2 bolli hverSúkkulaði og vanillu sætabrauðskrem

1 bolli þeyttur eða þungur rjómi

fersk hindber til skrauts

súkkulaðibitar til skrauts

1. Ef nauðsyn krefur, undirbúið svampköku og kökur. Þeytið síðan saman sultu og rommi í lítilli skál.

tveir. Hellið helmingnum af vaniljunni í botninn á 3 lítra framreiðsluskál. Leggið 1/4 af kökusneiðunum ofan á og smyrjið 1/4 með sultublöndunni. Setjið helminginn af súkkulaðikreminu ofan á.

3.Búið til annað 1/4 lag af köku-sultublöndunni. Endurtakið með vanillukreminu sem eftir er, 1/4 af afganginum af köku-sultublöndunni, fudgekreminu og afganginum af kökusultublöndunni. Hyljið vel með plasti og geymið í kæli í að minnsta kosti 3 klukkustundir og allt að 24 klukkustundir.

Fjórir. Setjið stóru skálina og þeytara rafmagnshrærivélarinnar inn í kæli að minnsta kosti 20 mínútum áður en borið er fram. Takið skálina og hrærivélarnar úr ísskápnum rétt áður en þær eru bornar fram. Hellið rjómanum í skál og þeytið á miklum hraða þar til hann heldur varlega lögun sinni þegar pískunum er lyft, um 4 mínútur.

5.Hellið rjómanum yfir fyllinguna. Skreytið með hindberjum og súkkulaðibitum.

sabayon

Gerir 2 skammta

Á Ítalíu er zabaglione (borið fram tsah-bahl-yo-neh; g-ið er hljóðlaust) sætur og rjómalögaður eftirréttur sem byggir á eggjum, oft notaður sem hressandi tonic fyrir þá sem þjást af flensu eða öðrum sjúkdómum. Veikur eða ekki, hann er ljúffengur eftirréttur einn sér eða sem sósa með ávöxtum eða kökum.

Zabaglione verður að borða um leið og það er búið til, annars gæti það þrengst. Ef þú vilt búa til zabaglione fyrirfram skaltu skoða uppskriftinakalt zabaglione.

3 stórar eggjarauður

3 matskeiðar af sykri

3 matskeiðar af Marsala eða þurru eða sætu Vin Santo

1. Í botninn á tvöföldum katli eða miðlungs potti, láttu um 2 tommur af vatni sjóða.

tveir. Þeytið eggjarauður og sykur með rafmagnshrærivél á meðalhraða þar til slétt, um það bil 2 mínútur efst í tvöföldum katli eða í hitaþolinni skál sem passar vel yfir katlinum. Bæta við Marsala. Hellið blöndunni yfir sjóðandi vatnið. (Ekki láta vatnið sjóða eða eggin hrærast.)

3. Hitið yfir sjóðandi vatni, haltu áfram að þeyta eggjablönduna þar til hún er ljósgul og mjög loftkennd. Það verður slétt þegar það dettur úr hrærivélinni, 3-5 mínútur.

Fjórir. Hellið í há glös og berið fram strax.

Súkkulaði Zabaglione

Zabaglione al Cioccolato

Gerir 4 skammta

Þessi afbrigði af zabaglione er eins og ríkuleg súkkulaðimús. Berið fram heitt með köldu þeyttum rjóma.

3 aura bitursætt eða hálfsætt súkkulaði, saxað

1 1/4 bolli þungur rjómi

4 stórar eggjarauður

1 1/4 bolli sykur

2 msk romm eða amaretto líkjör

1. Í botninn á tvöföldum katli eða miðlungs potti, láttu um 2 tommur af vatni sjóða. Blandið súkkulaðinu og rjómanum saman í lítilli hitaþolinni skál yfir sjóðandi vatni. Látið standa þar til súkkulaðið bráðnar. Blandið með sveigjanlegum spaða þar til slétt. Takið af hitanum.

tveir.Þeytið eggjarauður og sykur með rafmagnshrærivél þar til þær eru sléttar ofan á pottinum eða í öðru hitaþolnu íláti sem passar ofan á pottinn, í um það bil 2 mínútur. Bæta við rommi. Hellið blöndunni yfir sjóðandi vatnið. (Ekki láta vatnið sjóða eða eggin hrærast.)

3.Þeytið eggjarauðublönduna þar til hún er ljós og loftkennd og heldur lögun sinni þegar hún er sleppt úr þeytaranum, 3 til 5 mínútur. Takið af hitanum.

Fjórir. Blandið súkkulaðiblöndunni varlega saman við með gúmmíspaða. Berið fram strax.

Kalt zabaglione með rauðum berjum

Zabaglione Freddo með Frutti di Bosco

Gerir 6 skammta

Ef þú vilt ekki búa til zabaglione rétt fyrir framreiðslu er þessi kalda útgáfa góður valkostur. Zabaglione er kælt í ísvatnsbaði og síðan blandað saman við þeyttan rjóma. Það er hægt að gera allt að 24 klukkustunda fyrirvara. Mér finnst gott að bera það fram með ferskum berjum eða þroskuðum fíkjum.

1 uppskrift (um 1 1/2 bolli) sabayon

3 1/4 bolli kaldur þungur eða þeyttur rjómi

2 matskeiðar af flórsykri

1 matskeið af appelsínulíkjör

1 1/2 bolli bláber, hindber eða blanda, skoluð og þurrkuð

1. Settu stóru skálina og hrærivélarhrærivélina inn í ísskáp í að minnsta kosti 20 mínútur áður en þú ert tilbúinn að búa til zabaglione. Fylltu annað stórt ílát með ís og vatni.

tveir. Undirbúðu zabaglione í skrefi 3. Um leið og zabaglione er tilbúið skaltu fjarlægja það úr sjóðandi vatninu og setja skálina yfir ísvatn. Þeytið zabaglione með þeytara þar til það er kalt, um 3 mínútur.

3.Takið kalda skálina og hrærivélarnar úr ísskápnum. Hellið rjómanum í skál og þeytið rjómann á miklum hraða þar til hann fer að mynda slétt form, um það bil 2 mínútur. Bætið flórsykri og appelsínulíkjör út í. Þeytið rjómann á meðan þeyturnar eru hækkaðar þar til sléttar eru, um það bil 2 mínútur í viðbót. Brjótið kalt zabaglione varlega saman með sveigjanlegum spaða. Lokið og kælið í ísskáp í að minnsta kosti 1 klukkustund áður en borið er fram.

Fjórir. Skiptið berjunum á 6 diska. Toppið með köldu zabaglione kremi og berið fram strax.

Sítrónuhlaup

Sítrónuhlaup

Gerir 6 skammta

Sítrónusafi og -börkur gera þennan eftirrétt léttan og frískandi.

2 pokar af óbragðbætt gelatíni

1 bolli af sykri

2 1/2 bolli kalt vatn

2 (2 tommu) ræmur af sítrónuberki

tveir/3 dl ferskur sítrónusafi

Sítrónusneiðar og myntugreinar til skrauts

1. Blandið gelatíni og sykri í meðalstóran pott. Bætið við vatni og sítrónuberki. Eldið við meðalhita, hrærið stöðugt, þar til gelatínið er alveg uppleyst, um það bil 3 mínútur. (Ekki láta blönduna sjóða.)

tveir. Takið af hitanum og bætið sítrónusafa út í. Hellið blöndunni í gegnum fínt sigti í 5 bolla ramekin eða skál. Lokið og kælið þar til það er stíft, 4 klukkustundir til yfir nótt.

3. Þegar þú ert tilbúinn til að bera fram skaltu fylla skálina af volgu vatni og setja formið í vatnið í 30 sekúndur. Keyrðu lítinn hníf um hliðarnar. Settu disk yfir mótið og haltu þeim saman, snúðu þeim á hvolf til að flytja matarlímið yfir á diskinn. Skreytið með sítrónusneiðum og myntugrein.

Appelsínu rommhlaup

Gelatín frá Arancia al Rhum

Gerir 4 skammta

Rommilmandi þeytti rjóminn er góð viðbót. Blóðappelsínusafi virkar best hér.

2 pokar af óbragðbætt gelatíni

1 1/2 bolli sykur

1 1/2 bolli kalt vatn

3 bollar af ferskum appelsínusafa

2 matskeiðar af dökku rommi

Appelsínusneiðar til skrauts

1. Blandið gelatíni og sykri í meðalstóran pott. Bætið vatninu út í og eldið við meðalhita, hrærið stöðugt í þar til matarlímið er alveg uppleyst, um það bil 3 mínútur. (Ekki láta blönduna sjóða.)

tveir. Takið af hitanum og bætið appelsínusafa og rommi saman við. Hellið blöndunni í 5 bolla ramekin eða skál. Lokið og kælið þar til það er stíft, 4 klukkustundir til yfir nótt.

3. Þegar þú ert tilbúinn til að bera fram skaltu fylla skálina af volgu vatni og setja formið í vatnið í 30 sekúndur. Keyrðu lítinn hníf um hliðarnar. Settu disk yfir mótið og haltu þeim saman, snúðu þeim á hvolf til að flytja matarlímið yfir á diskinn. Skreytið með appelsínusneiðum.

Kúrbít fyllt með túnfiski

Kúrbítur í Tonto

Gerir 6 skammta

Ég borðaði þá sem fordrykk á Toskana veitingastað. Ég ber þær oft fram sem aðalrétt með grænu salati.

2 sneiðar dagsgamalt ítalskt eða franskt brauð, skorpan fjarlægð (um 1/3 bolli brauð)

1 1/2 bolli mjólk

6 litlir kúrbít, skornir

1 dós (6 1/2 oz.) túnfiskur pakkað í ólífuolíu

1/4 bolli nýrifinn Parmigiano-Reggiano auk 2 msk

1 hvítlauksgeiri, smátt saxaður

2 matskeiðar af saxaðri ferskri flatlaufasteinselju

nýrifinn múskat

Salt og nýmalaður svartur pipar

1 stórt egg, létt þeytt

1. Settu grindina í miðjan ofninn. Forhitið ofninn í 425 ° F. Smyrjið bökunarplötu sem er nógu stór til að halda kúrbítshelmingunum í einu lagi.

tveir. Stráið brauðinu yfir mjólk og látið það liggja í bleyti þar til það mýkist. Penslið kúrbítinn með pensli undir köldu rennandi vatni. Klippið endana.

3. Skerið kúrbítinn í tvennt eftir endilöngu. Skerið kvoða út með lítilli skeið, skilið eftir 1/4 tommu skel og geymið kvoðan. Settu kúrbítshýðin með skurðhliðinni upp á tilbúnu pönnu. Saxið kúrbítinn og setjið í skál.

Fjórir. Tæmdu túnfiskinn og geymdu olíuna. Rífið túnfiskinn í stóra skál. Pressið brauðið og bætið út í túnfiskinn og saxaðan kúrbít, 1/4 bolla osti, hvítlauk, steinselju, múskat og salti og pipar eftir smekk. Blandið vel saman. Bætið eggi við.

5. Hellið blöndunni í kúrbítshýðin. Setjið kúrbítana í eldfast mót. Stráið frátekinni túnfiskolíu ofan á. Stráið restinni af ostunum ofan á. Hellið 1/2 bolla af vatni utan um kúrbítinn.

6. Bakið í 30-40 mínútur eða þar til kúrbítarnir eru orðnir gullinbrúnir og mjúkir þegar þeir eru stungnir í gegn með hníf. Berið fram heitt eða við stofuhita.

steiktur kúrbít

kúrbít fritte

Gerir 6 skammta

Bjórinn gefur þessu deigi gott bragð og lit á meðan loftbólurnar gera það létt. Deigið hentar líka vel til að steikja fisk, laukhringa og annað grænmeti.

6 lítil kúrbít

1 bolli alhliða hveiti

2 stór egg

1/4 bolli af bjór

jurtaolía til steikingar

Salt

1. Penslið kúrbítinn með pensli undir köldu rennandi vatni. Klippið endana. Skerið kúrbít í 2 x 1/4 x 1/4 tommu ræmur.

tveir. Dreifið hveitinu á vaxpappírinn. Þeytið eggin í grunnri skál þar til froðukennt. Þeytið bjórinn út í þar til hann hefur blandast vel saman.

3.Hellið um 2 tommum af olíu í þungan pott eða djúpsteikingarpott samkvæmt leiðbeiningum framleiðanda. Hitið olíuna yfir meðalhita þar til dropi af eggjablöndunni síast þegar hún er sett á pönnuna og hitinn nær 370°F á matarhitamæli.

Fjórir.Dýfðu um fjórðungi kúrbítsstrimlanna í hveitið og dýfðu þeim síðan í eggjablönduna.

5.Haltu kúrbítnum með töng, láttu umframdeigið renna af og slepptu kúrbítnum í olíuna eitt stykki í einu. Bættu bara við eins mörgum og þú getur passað án þess að fjölmenna. Steikið kúrbítinn þar til hann verður stökkur og gullinbrúnn, um það bil 2 mínútur. Fjarlægðu kúrbítinn með sleif. Tæmið á pappírshandklæði. Haltu heitu á lágu í ofninum á meðan þú bakar restina.

6.Stráið salti yfir og berið fram heitt.

bita af kúrbít

Kúrbítsform

Gerir 6 skammta

Þú þarft sex litlar ramekins eða bökunarbolla til að búa til þessar viðkvæmu bollur. Berið fram sem meðlæti með steiktum eða skinku í vorbrunch. Ég læt þær vanalega standa í eina eða tvær mínútur og tek þær svo af pönnunni, en ef þær eru bornar fram beint úr ofninum á meðan þær eru enn bólgnar verða þær til ágætis forréttasufflé. Drífðu þig samt; þeir sökkva hratt.

Þú getur skipt kúrbít út fyrir spergilkál, aspas, gulrætur eða annað grænmeti.

1 matskeið ósaltað smjör, brætt

3 meðalstór kúrbít, skorin í þykkar sneiðar

4 stór egg, aðskilin

1/2 bolli rifinn Parmigiano-Reggiano

Klípa af salti

klípa af möluðu múskati

1. Penslið kúrbítinn með pensli undir köldu rennandi vatni. Klippið endana.

tveir. Settu grindina í miðjan ofninn. Forhitið ofninn í 350°F. Penslið ríkulega sex 4-aura ramekins eða vanilósabolla með bræddu smjöri.

3. Látið suðu koma upp í stórum potti af vatni. Bætið kúrbít út í og eldið við vægan hita. Eldið í 1 mínútu. Tæmið kúrbítinn vel. Þurrkaðu bitana með pappírshandklæði. Malið kúrbítinn í kvörn eða blandið í blandara þar til það er slétt. Flyttu kúrbítsmaukið í stóra skál.

Fjórir. Bætið eggjarauðunum, Parmigiano, salti og múskat út í kúrbítinn og blandið vel saman.

5. Þeytið eggjahvíturnar í stórri skál með hrærivél þar til mjúkir toppar myndast þegar þeytarinn er hækkaður. Blandið eggjahvítunum varlega saman við kúrbítsblönduna með gúmmíspaða.

6. Hellið blöndunni í bollana. Bakið í 15-20 mínútur eða þar til toppurinn er aðeins brúnaður og hnífur sem stungið er inn

nálægt miðjunni kemur hreinn út. Taktu bollana úr ofninum. Látið standa í 2 mínútur, rennið litlum hníf í gegnum bollana að innan og snúið skífunum á disk.

súrsætan vetrarskvass

Fegato dei Sette Cannoli

Sikileyska nafnið á þessu graskeri er "lifur úr sjö fallbyssum". Seven Guns svæðið í Palermo, nefnt eftir fræga gosbrunninum og minnismerkinu, var einu sinni svo fátækt að íbúar þess höfðu ekki efni á kjöti. Þeir skiptu um grasker í þessari uppskrift, sem venjulega er gerð með lifur. Það er líka hægt að gera úr kúrbít, gulrót eða eggaldinsneiðum.

Gerðu þetta að minnsta kosti degi áður en það er borið fram, þar sem það bragðast betur eins og það er. Geymist vel í nokkra daga.

Þó að Sikileyingar steiki venjulega grasker, þá vil ég frekar baka það. Þetta hentar líka vel sem antipasto.

1 valhneta, acorn eða annar kúrbít eða leiðsögn, sneið 1/4 tommu þykk

Ólífuolía

1 1/2 bolli rauðvínsedik

1 skeið af sykri

Salt

2 hvítlauksrif, mjög smátt söxuð

1/3 bolli söxuð fersk steinselja eða mynta

1.Skolið graskerið og þurrkið það. Skerið endana af með stórum, þungum kokkahníf. Afhýðið hýðið með grænmetisskeljara. Skerið graskerið í tvennt og ausið fræin úr. Skerið squashið í 1/4 tommu þykkar sneiðar. Forhitið ofninn í 400°F.

tveir. Smyrðu graskersneiðarnar vel með olíu á báðum hliðum. Raðið sneiðunum á ofnplötu í einu lagi. Bakið í 20 mínútur eða þar til það er mjúkt. Snúið sneiðunum við og bakið í 15 til 20 mínútur í viðbót, eða þar til leiðsögnin er mjúk þegar hún er stungin í hníf og brúnast létt.

3.Hitið á meðan edik, sykur og salt eftir smekk í litlum potti. Hrærið þar til sykurinn og saltið leysast upp.

Fjórir. Settu nokkrar af graskerssneiðunum í grunnt fat eða skál í einu lagi sem skarast aðeins. Stráið smá hvítlauk og steinselju yfir. Endurtaktu lögin þar til öll leiðsögnin, hvítlaukurinn og steinseljan eru notuð. Hellið edikblöndunni yfir. Lokið og geymið í kæli að minnsta kosti 24 klukkustundum áður en það er borið fram.

grillað grænmeti

Grænt fyrir neðan Griglia

Gerir 8 skammta

Grillað er ein besta leiðin til að elda grænmeti. Að grilla gefur þeim reykbragð og grillmerki auka sjónrænt aðdráttarafl. Skerið grænmetið þykkt eða í stóra bita svo það detti ekki í gegnum grillið og í logann. Ef þú vilt geturðu litað það með olíu-ediki sósu áður en það er borið fram.

1 meðalstórt eggaldin (um 1 pund), sneið 1/2 tommu þykkt

Salt

1 stór rauður eða spænskur laukur, skorinn 1/2 tommu þykkur

4 stórir sveppir, eins og portabello, stilkar fjarlægðir

4 meðalstórir tómatar, kjarnhreinsaðir og skornir í tvennt þversum

2 stórar rauðar eða gular paprikur, kjarnhreinsaðar, fræhreinsaðar og skornar í fjórða

Ólífuolía

nýmalaður svartur pipar

6 fersk basilíkublöð, skorin í bita

1. Skerið toppinn og botninn af eggaldinunum. Skerið eggaldinið þversum í 1/2 tommu þykkar sneiðar. Stráið eggaldinsneiðunum vel yfir salti. Settu sneiðarnar í sigti og láttu þær hvíla á diski til að renna af í 30 mínútur. Skolið saltið af með köldu vatni og þurrkið sneiðarnar með pappírshandklæði.

tveir. Settu grillgrindina eða grillið í um 5 tommu fjarlægð frá hitagjafanum. Forhitið grillið eða grillið.

3. Smyrjið grænmetissneiðarnar með ólífuolíu og setjið þær þannig að olíuborin hliðin snúi að hitagjafanum. Steikið þar til þær eru ljósbrúnar, um 5 mínútur. Snúið sneiðunum við og penslið þær með olíu. Steikið þar til þær eru gullinbrúnar og mjúkar, um 4 mínútur. Stráið grænmetinu yfir með salti og pipar.

Fjórir. Raðið grænmetinu í skál. Dreypið meiri olíu ofan á og stráið basil yfir. Berið fram heitt eða við stofuhita.

Steiktar vetrarrætur

Grænt til Forno

Gerir 6 skammta

Þetta er innblásið af bragðgóðu brúnuðu grænmeti sem oft er notað með steiktu kjöti á Norður-Ítalíu. Ef pannan er ekki nógu stór til að halda grænmetinu í einu lagi skaltu nota tvær pönnur.

2 meðalstórar rófur, skrældar og skornar í fjórða

2 meðalstórar gulrætur, skrældar og skornar í 1 tommu bita

2 meðalstórar pastinakar, skrældar og skornar í 1 tommu bita

2 meðalstórar kartöflur, skornar í fernt

2 meðalstórir laukar, skornir í fjórða

4 hvítlauksrif, afhýdd

1/3 bolli ólífuolía

Salt og nýmalaður svartur pipar

1. Settu grindina í miðjan ofninn. Forhitið ofninn í 450°F. Blandið saman niðurskornu grænmeti og hvítlauksgeirum í stórri pönnu. Grænmetið ætti aðeins að vera eitt lag djúpt. Ef nauðsyn krefur, notaðu tvo potta svo grænmetið hrannast ekki upp. Blandið grænmetinu saman við olíu og salti og pipar eftir smekk.

tveir. Grillið grænmetið í um 1 klukkustund og 10 mínútur, snúið við á 15 mínútna fresti eða svo þar til það er mjúkt og gullinbrúnt.

3. Færið grænmetið yfir á framreiðsludisk. Berið fram heitt.

sumar grænmetispottréttur

Ciambotta

Fyrir 4-6 skammta

Á sumrin heimsæk ég bændur á staðnum nokkrum sinnum í viku. Ég elska að tala við bændur og prófa margar óvenjulegar vörur sem þeir selja. Ef það væri ekki fyrir markaðinn hefði ég aldrei prófað hluti eins og rauðan túnfífil, purslane, lambakjöt og margt annað grænmeti sem þú finnur ekki í matvöruverslunum. Því miður kaupi ég oft of mikið. Svo geri ég ciambotta, grænmetispottrétt frá Suður-Ítalíu.

Þessi ciambotta er klassísk, blanda af eggaldin, papriku, kartöflum og tómötum. Hann er dásamlegur sem meðlæti eða sem kjötlaus aðalréttur með rifnum osti. Þú getur líka borðað það kalt, smurt á crostini á ristað brauð og hlýtt sem samlokufyllingu með sneiðum mozzarella.

1 meðalstór laukur

4 plómutómatar

2 kartöflur, skrældar

1 meðalstórt eggaldin

1 meðalstór rauð paprika

1 meðalstór gul paprika

Salt og nýmalaður svartur pipar

3 matskeiðar af ólífuolíu

1/2 bolli rifin fersk basilíkublöð eða nýrifin Parmigiano-Reggiano eða Pecorino Romano (valfrjálst)

1.Skerið grænmetið og skerið það í litla bita. Á stórri pönnu, steikið laukinn í olíu við miðlungshita þar til hann er mjúkur, um það bil 5-8 mínútur.

tveir.Bætið tómötum, kartöflum, eggaldin og papriku út í. Saltið og piprið eftir smekk. Lokið og eldið, hrærið af og til, í um 40 mínútur eða þar til allt grænmetið er mjúkt og mestur vökvinn hefur gufað upp. Ef blandan verður of þurr skaltu bæta við nokkrum matskeiðum af vatni. Ef það er of mikill vökvi skaltu opna lokið og elda í 5 mínútur í viðbót.

3.Berið fram heitt eða við stofuhita, venjulegt eða skreytt með basil eða osti.

Afbrigði: Ciambotta með eggjum: Þegar grænmetið er tilbúið, þeytið 4-6 egg með salti. Hellið eggjunum yfir grænmetið. Ekki blanda. Lokið pönnunni. Eldið þar til eggin eru stíf, um það bil 3 mínútur. Berið fram heitt eða við stofuhita.

Lagskipt grænmetisplokkfiskur

Teglia di Verdure

Fyrir 6-8

Notaðu aðlaðandi steikingar- og framreiðslurétt fyrir þetta soðið og berið grænmetið fram á disk. Passar vel með frittatas, kjúklingi og mörgum öðrum réttum.

1 meðalstórt eggaldin (um 1 kíló), afhýtt og skorið í þunnar sneiðar

Salt

3 miðlungs kartöflur (um 1 kíló), skrældar og þunnar sneiðar

nýmalaður svartur pipar

2 meðalstórir laukar

1 rauð og 1 græn paprika, fræhreinsuð og skorin í þunnar sneiðar

3 meðalstórir tómatar, saxaðir

6 basilíkublöð, skorin í bita

1/3 bolli ólífuolía

1.Afhýðið eggaldinið og skerið í þunnar þversneiðar. Setjið sneiðarnar í sigti og stráið salti yfir hverja ríkulega. Setjið sigti á disk og látið standa í 30-60 mínútur til að renna af. Skolið eggaldinsneiðarnar og þerrið þær.

tveir. Settu grindina í miðjan ofninn. Forhitaðu ofninn í 375 ° F. Smyrðu ríkulega 13 x 9 x 2 tommu ofnform.

3.Gerðu lag af kartöflusneiðum sem skarast á botni disksins. Stráið salti og pipar ofan á. Leggið lag af eggaldin yfir kartöflurnar og stráið salti yfir. Bætið við lögum af lauk, papriku og tómötum. Stráið salti og pipar ofan á. Stráið basil yfir. Dreypið ólífuolíu ofan á.

Fjórir. Hyljið með filmu. Bakið í 45 mínútur. Fjarlægðu álpappírinn varlega. Eldið í 30 mínútur lengur eða þar til þau eru gullinbrún og grænmetið meyrt þegar það er stungið í það með hníf. Berið fram heitt eða við stofuhita.

Heimabakað brauð

Hús brauð

Gerir 2 brauð

Hér er einfalt brauð að ítölskum stíl sem verður gott og stökkt í ofninum heima. Þar sem deigið er mjög klístrað er best að gera þetta brauð í sterkum blandara eða matvinnsluvél. Ekki freistast til að bæta meira hveiti í deigið. Það þarf að vera mjög rakt til að fá rétta útkomu og mylsnurnar eru með stór göt og stökka skorpu.

1 tsk af virku þurrgeri

2 bollar heitt vatn (100° til 110°F)

4 1/2 bolli brauðhveiti

2 teskeiðar af salti

2 matskeiðar af fínu semolina

1. Hellið vatninu í sterka blöndunarskál. Stráið ger ofan á. Látið standa þar til gerið er orðið rjómakennt, um það bil 2 mínútur. Hrærið þar til gerið leysist upp.

tveir.Bætið við hveiti og salti. Blandið vel saman þar til slétt deig myndast. Deigið á að vera mjög klístrað. Þeytið deigið þar til það er slétt og teygjanlegt, um 5 mínútur.

3.Smyrjið að innan í stórri skál. Setjið deigið í skál og snúið því til að smyrja yfirborðið. Setjið plastfilmu yfir og látið hefast á heitum, draglausum stað þar til tvöfaldast að stærð, um 1 1/2 klst.

Fjórir. Fletjið deigið út og skiptið því í tvennt. Mótaðu hvern bita í kúlu. Dreifið grjónunum á stóra bökunarplötu. Setjið deigkúlurnar með nokkurra sentímetra millibili á bökunarplötuna. Hyljið með plastfilmu og látið hefast á heitum, draglausum stað þar til tvöfaldast, um 1 klst.

5.Settu grindina í miðjan ofninn. Forhitið ofninn í 450°F. Notaðu rakvélblað eða mjög beittan hníf til að skera X ofan á hverja bollu. Færið deigið yfir á bökunarsteininn. Bakið þar til brauðin eru gullinbrún og hljóma hol þegar slegið er á þær, 40 mínútur.

6.Renndu brauðunum á vírgrind til að kólna alveg. Geymist pakkað inn í filmu við stofuhita í allt að 24 klukkustundir eða í frysti í allt að mánuð.

Jurtabrauð

Brauð allt Erbe

Gerir 12 tommu brauð

Í Forlimpopoli, Emilia-Romagna, borðaði ég á veitingastað sem ungt par hafði opnað í einbýlishúsi frá 17. öld. Fyrir máltíðina tóku þeir fram dýrindis kryddjurtabrauð. Þegar ég spurðist fyrir um það var kokkurinn fús til að deila uppskriftinni og ráðlagði mér að til að ná sem bestum árangri ætti ég að fara í garðinn á morgnana til að tína jurtirnar á meðan þær væru enn blautar af morgundögginni. Hins vegar geturðu náð góðum árangri með jurtum sem eru nýlega sóttar í matvörubúð.

1 umslag (2 1/2 tsk) virkt þurrger eða 2 tsk instant ger

1 bolli heitt vatn (100° til 110°F)

2 matskeiðar af ósöltuðu smjöri, brætt og kælt

Um 2 1/2 bolli óbleikt alhliða hveiti

1 skeið af sykri

1 teskeið af salti

1 msk söxuð fersk steinselja

1 matskeið af malaðri ferskri myntu

1 matskeið af möluðu fersku timjan

1 msk ferskur graslaukur skorinn í strimla

1 eggjarauða auk 1 matskeið af vatni

1. Hellið vatninu í stórt ílát. Stráið ger ofan á. Látið standa þar til gerið er orðið rjómakennt, um það bil 2 mínútur. Hrærið þar til gerið leysist upp.

tveir. Bætið smjöri og 2 bollum af hveiti, sykri og salti út í og blandið þar til slétt deig myndast. Setjið deigið á létt hveitistráð yfirborð. Stráið kryddjurtunum yfir og hnoðið þar til slétt og teygjanlegt, um það bil 10 mínútur, bætið við meira hveiti eftir þörfum til að gera rakt en ekki klístrað deig. (Eða búið til deigið í öflugum blandara, matvinnsluvél eða brauðvél samkvæmt leiðbeiningum framleiðanda.)

3. Smyrjið að innan í stórri skál. Hellið deiginu í skálina og snúið einu sinni til að húða yfirborðið. Hyljið með plastfilmu og látið hefast á hlýjum stað þar til tvöfaldast, um 1 klst.

Fjórir. Smyrjið stóra bökunarplötu. Snúðu deiginu út á létt hveitistráð yfirborð og flettu það út með höndunum til að fjarlægja loftbólur. Rúllaðu deiginu á milli handanna í um það bil 12 tommu langa reipi. Setjið deigið á bökunarplötuna. Hyljið með plastfilmu og látið hefast þar til tvöfaldast, um 1 klst.

5. Settu grindina í miðjan ofninn. Forhitið ofninn í 400°F. Penslið deigið með eggjarauðublöndu. Notaðu rakvél eða mjög beittan hníf, skerðu 4 rifur í toppinn. Bakið þar til brauðið er gullbrúnt og hljómar holótt þegar bankað er á það, um 30 mínútur.

6. Renndu brauðinu á vírgrind til að kólna alveg. Vefjið inn í filmu og geymið við stofuhita í allt að 24 klukkustundir eða frystið í allt að 1 mánuð.

Ostabrauð að hætti mars

Ciaccia

Gerir 9 tommu hringlaga brauð

Marches-svæðið í mið-Ítalíu er kannski ekki vel þekkt fyrir matinn, en það hefur upp á margt að bjóða. Ströndin hefur frábært sjávarfang, en inn til landsins, með hrikalegum fjöllum, er maturinn mikill, með villibráð og trufflum. Sérstaða á staðnum er ciauscolo, mjúk pylsa úr mjög fínmöluðu svínakjöti kryddað með hvítlauk og kryddi sem hægt er að smyrja á brauð. Þetta bragðgóða brauð, búið til með tveimur mismunandi ostum, er borið fram sem snarl eða forréttur með vínglasi. Það er tilvalið í lautarferð með harðsoðnum eggjum, salami og salati.

1 umslag (21/2 tsk) virkt þurrger eða 2 tsk instant ger

1 bolli heit mjólk (100-110°F)

2 stór egg, þeytt

2 matskeiðar af ólífuolíu

1 1/2 bolli nýrifinn Pecorino Romano

1/2 bolli nýrifinn Parmigiano-Reggiano

Um það bil 3 bollar af óbleiktu alhliða hveiti

1 1/2 tsk salt

1 1/2 tsk nýmalaður svartur pipar

1. Í stórri skál, stráið gerinu yfir mjólkina. Látið standa þar til gerið er orðið rjómakennt, um það bil 2 mínútur. Hrærið þar til gerið leysist upp.

tveir. Bætið eggjum, olíu og ostum saman við og þeytið vel. Bætið við hveiti, salti og pipar með tréskeið þar til slétt deig myndast. Setjið deigið á létt hveitistráð yfirborð. Hnoðið þar til slétt og teygjanlegt, um það bil 10 mínútur, bætið við meira hveiti eftir þörfum til að gera rakt en ekki klístrað deig. (Eða búið til deigið í öflugum blandara, matvinnsluvél eða brauðvél samkvæmt leiðbeiningum framleiðanda.) Mótaðu deigið í kúlu.

3. Smyrjið að innan í stórri skál. Setjið deigið í skál, snúið einu sinni til að húða yfirborðið. Setjið plast yfir og látið standa í 1 1/2 klst eða þar til tvöfaldast að stærð.

Fjórir. Þrýstu niður á deigið til að fjarlægja loftbólur. Mótaðu deigið í kúlu.

5. Smyrjið 9 tommu springform. Bætið deiginu út í, setjið lok á og látið hefast aftur þar til tvöfaldast, um 45 mínútur.

6. Settu grindina í miðjan ofninn. Forhitið ofninn í 375° F. Penslið toppinn á deiginu með eggjarauðu. Bakið þar til gullið er brúnt, um 35 mínútur.

7. Látið kólna í 10 mínútur í pottinum. Fjarlægðu hliðarnar af pönnunni og renndu síðan brauðinu á vírgrind til að kólna alveg. Vefjið inn í filmu og geymið við stofuhita í allt að 24 klukkustundir eða frystið í allt að 1 mánuð.

gylltar maísrúllur

Panini d'Oro

Gerir 8-10 skammta

Kringlóttar bollur toppaðar með hálfum kirsuberjatómötum fá sinn gullna lit frá maísmjöli. Úr deiginu myndast kúlur sem blandast saman í brauð þegar þær eru bakaðar. Hægt er að bera bollurnar fram sem heilan lime, sem er dýft í sitt eigið. Þessir eru sérstaklega góðir í súpuna eða ostamatinn.

1 umslag (2 1/2 tsk) virkt þurrger eða 2 tsk instant ger

1 1/2 bolli heitt vatn (100-110°F)

1 1/2 bolli mjólk

1 1/4 bolli ólífuolía

Um það bil 2 bollar af óbleiktu alhliða hveiti

1 1/2 bolli fínt gult maísmjöl

1 teskeið af salti

10 kirsuberjatómatar, helmingaðir

1. Í stórri skál, stráið gerinu yfir vatnið. Látið standa þar til gerið er orðið rjómakennt, um það bil 2 mínútur. Hrærið þar til gerið leysist upp. Bætið við mjólk og 2 msk af olíu.

tveir. Blandið saman hveiti, maísmjöli og salti í stórri skál.

3. Bætið þurrefnunum út í vökvann og blandið þar til deig myndast. Setjið deigið á létt hveitistráð yfirborð. Hnoðið þar til slétt og teygjanlegt, um 10 mínútur, bætið við meira hveiti eftir þörfum til að gera rakt, örlítið klístrað deig. (Eða búið til deigið í öflugum blandara, matvinnsluvél eða brauðvél samkvæmt leiðbeiningum framleiðanda.) Mótaðu deigið í kúlu.

Fjórir. Smyrjið að innan í stórri skál. Bætið deiginu út í, snúið einu sinni til að húða yfirborðið. Setjið plastfilmu yfir og látið standa í 1 1/2 klst á heitum, draglausum stað.

5. Smyrjið 10 tommu springform. Þrýstu niður á deigið til að fjarlægja loftbólur. Skerið deigið í fjóra hluta. Skerið hvern fjórðung í 5 jafna hluta. Rúllið hvern bita í kúlu. Raðið bitunum á pönnuna. Þrýstið meðalstórum tómötum með skurðhliðinni niður í miðju hvers deigs. Setjið plastfilmu yfir

og látið hvíla á hlýjum stað í 45 mínútur eða þar til tvöfaldast að stærð.

6. Settu grindina í miðjan ofninn. Forhitið ofninn í 400°F. Dreypið hinum 2 msk ólífuolíu yfir deigið. Bakið í 30 mínútur eða þar til þær eru gullinbrúnar.

7. Fjarlægðu hliðarnar á pönnunni. Setjið rúllurnar á vírgrind til að kólna. Vefjið inn í filmu og geymið við stofuhita í allt að 24 klukkustundir eða frystið í allt að 1 mánuð.

Svart ólífubrauð

Ólífubrauð

Gerir tvö 12 tommu brauð

Þetta brauð er búið til úr forrétti, blöndu af hveiti, vatni og geri. Forréttinum er lyft upp sérstaklega og bætt út í deigið til að gefa brauðinu aukið bragð. Áætlað er að undirbúa aðalréttinn með minnst 1 klst eða í mesta lagi 24 klst fyrirvara.

Þó ég noti venjulega bragðgóðar ítalskar svartar ólífur í þessari uppskrift, þá er líka hægt að nota grænar ólífur. Eða prófaðu blöndu af nokkrum mismunandi gerðum af ólífum. Þetta brauð er vinsælt á Veneto svæðinu.

1 umslag (21/2 tsk) virkt þurrger eða 2 tsk instant ger

2 bollar heitt vatn (100° til 110°F)

Um 41/2 bolli óbleikt alhliða hveiti

11/2 bolli heilhveiti

2 teskeiðar af salti

2 matskeiðar af ólífuolíu

1½ bolli bragðgóðar svartar ólífur eins og Gaeta, grófhreinsaðar og grófsaxaðar

1. Í meðalstórri skál, stráið gerinu með 1 bolli af vatni. Látið standa þar til gerið er orðið rjómakennt, um það bil 2 mínútur. Hrærið þar til gerið leysist upp. Bætið við 1 bolla af alhliða hveiti. Hyljið með plastfilmu og látið standa á köldum stað þar til það er freyðandi, um 1 klukkustund eða yfir nótt. (Ef það er heitt skaltu setja forréttinn í ísskápinn. Taktu hann út um klukkustund áður en deigið er búið til.)

tveir. Þeytið saman í stóra skál afganginn af 3 1/2 bolla af alhliða hveiti, heilhveiti og salti. Bætið við aðalréttinum, 1 bolla af volgu vatni sem eftir er og olíunni. Blandið með tréskeið þar til slétt deig myndast.

3. Snúið deiginu út á létt hveitistráð yfirborð og hnoðið þar til það er slétt og teygjanlegt í um það bil 10 mínútur, bætið við meira hveiti eftir þörfum til að gera rakt, örlítið klístrað deig. (Eða búið til deigið í öflugum blandara, matvinnsluvél eða brauðvél samkvæmt leiðbeiningum framleiðanda.) Mótaðu deigið í kúlu.

Fjórir. Smyrjið að innan í stórri skál. Bætið deiginu út í, snúið einu sinni til að húða yfirborðið. Setjið plastfilmu yfir og látið hefast á hlýjum stað þar til tvöfaldast, um 1 1/2 klst.

5. Smyrjið stóra bökunarplötu. Fletjið deigið út til að fjarlægja loftbólur. Hnoðið ólífurnar stuttlega. Skiptið deiginu í tvo hluta og mótið hvern bita í um 12 tommu langa brauð. Geymdu brauð með nokkurra tommu millibili á tilbúnum bökunarplötum. Hyljið með plastfilmu og látið hefast þar til tvöfaldast, um 1 klst.

6. Settu grindina í miðjan ofninn. Forhitið ofninn í 400°F. Notaðu eineggja rakvélarblað eða beittan hníf til að gera 3-4 skáskornar raufar efst á hverju brauði. Bakið í 40-45 mínútur eða þar til þær eru gullinbrúnar.

7. Renndu bollunum á vírgrind til að kólna. Vefjið inn í filmu og geymið við stofuhita í allt að 24 klukkustundir eða frystið í allt að 1 mánuð.

Stromboli brauð

Rotolo di Brauð

Gerir tvö 10 tommu brauð

Eftir því sem ég best veit er þetta brauð fyllt með osti og áleggi ítalsk-amerísk sköpun, hugsanlega innblásin af sikileysku bonata, brauðdeigi sem er vafið utan um fyllingu og bakað í brauð. Stromboli er frægt eldfjall á Sikiley, svo nafnið er líklega tilvísun í fyllinguna sem streymir út úr opunum og líkist bráðnu hrauni. Berið fram brauð sem forrétt eða snarl.

1 teskeið af virku geri eða 2 teskeiðar af instant ger

3/4 bolli heitt vatn (100° til 110°F)

Um það bil 2 bollar af óbleiktu alhliða hveiti

1 teskeið af salti

4 aura sneið mjúkur provolone eða svissneskur ostur

2 aura þunnt sneið salami

4 oz sneið skinka

1 eggjarauða þeytt með 2 matskeiðar af vatni

1. Í stórri skál, stráið gerinu yfir vatnið. Látið standa þar til gerið er orðið rjómakennt, um það bil 2 mínútur. Hrærið þar til gerið leysist upp.

tveir. Bætið við hveiti og salti. Blandið með tréskeið þar til slétt deig myndast. Snúið deiginu á létt hveitistráð yfirborð og hnoðið þar til það er slétt og teygjanlegt í um 10 mínútur. Bætið hveiti við eftir þörfum til að gera rakt en ekki klístrað deig. (Eða búið til deigið í öflugum blandara, matvinnsluvél eða brauðvél samkvæmt leiðbeiningum framleiðanda.)

3. Smyrjið að innan í stórri skál. Bætið deiginu í skálina, snúið einu sinni til að húða yfirborðið. Hyljið með plastfilmu. Setjið á heitum, draglausum stað og látið hefast þar til tvöfaldast, um 1 1/2 klst.

Fjórir. Takið deigið úr skálinni og fletjið það varlega út til að fjarlægja loftbólur. Skerið deigið í tvennt og mótið það í tvær kúlur. Setjið kúlurnar á hveitistráðan flöt og hyljið hverja með skál. Látið standa í 1 klukkustund eða þar til tvöfaldast.

5. Settu grindina í miðjan ofninn. Hitið ofninn í 400 ° F. Smyrjið stóra bökunarplötu.

6. Notaðu kökukefli til að fletja út eitt stykki deig í 12 tommu hring á létt hveitistráðu yfirborði. Setjið helminginn af ostasneiðunum ofan á deigið. Toppið með helmingnum af skinkunni og salamíinu. Fletjið deigið vel út og fyllið í strokk. Klípið sauminn til að innsigla. Settu rúllusaumshliðina niður á bökunarplötuna. Brjótið endana á deiginu undir kökukefli. Endurtaktu með öðrum hráefnum.

7. Smyrjið bollurnar með eggjarauðublöndunni. Skerið 4 grunnar rifur ofan á deigið með reglulegu millibili með hníf. Bakið í 30-35 mínútur eða þar til þær eru gullinbrúnar.

8. Færið yfir á vírgrind til að kólna aðeins. Berið fram heitt, skorið í skáar sneiðar. Vefjið inn í filmu og geymið við stofuhita í allt að 24 klukkustundir eða frystið í allt að 1 mánuð.

Ostabrauð með valhnetum

Nociato brauð

Gerir tvö 8 tommu kringlótt brauð

Umbrian brauð með salami, ólífum og flösku af rauðvíni gerir matarmikil máltíð. Þessi útgáfa er bragðmikil en í Tod, einum fallegasta miðaldabæ svæðisins, lét ég gera sæta útgáfu með rauðvíni, kryddi og rúsínum og steikta í vínviðarlaufum.

1 umslag (2 1/2 tsk) virkt þurrger eða 2 tsk instant ger

2 bollar heitt vatn (100° til 110°F)

Um 4 1/2 bolli óbleikt alhliða hveiti

1 1/2 bolli heilhveiti

2 teskeiðar af salti

2 matskeiðar af ólífuolíu

1 bolli rifinn pecorino toscano

1 bolli saxaðar valhnetur, ristaðar

1.Í meðalstórri skál, stráið gerinu með 1 bolli af vatni. Látið standa þar til gerið er orðið rjómakennt, um það bil 2 mínútur. Hrærið þar til gerið leysist upp.

tveir.Í stórri skál, blandaðu 4 bollum af alhliða hveiti, heilhveiti og salti. Bætið við gerblöndunni, afgangsbollanum af volgu vatni og olíunni saman við. Blandið með tréskeið þar til slétt deig myndast. Snúið deiginu út á létt hveitistráð yfirborð og hnoðið þar til það er slétt og teygjanlegt í um 10 mínútur, bætið við meira hveiti eftir þörfum til að gera rakt, örlítið klístrað deig. (Eða búið til deigið í öflugum blandara, matvinnsluvél eða brauðvél samkvæmt leiðbeiningum framleiðanda.)

3.Smyrjið að innan í stórri skál. Bætið deiginu út í, snúið einu sinni til að húða yfirborðið. Setjið plastfilmu yfir og látið hefast á hlýjum stað þar til tvöfaldast, um 1 1/2 klst.

Fjórir. Smyrjið stóra bökunarplötu. Fletjið deigið út til að fjarlægja loftbólur. Dreifið ostinum og hnetunum ofan á og hnoðið til að dreifa hráefnunum. Skiptið deiginu í tvo hluta og mótið hvern hluta í kringlótt brauð. Geymdu brauð með nokkurra tommu millibili á tilbúnum bökunarplötum. Hyljið með plastfilmu og látið hefast þar til tvöfaldast, um 1 klst.

5. Settu ofngrindina í miðju ofnsins. Forhitið ofninn í 400°F. Notaðu eineggja rakvélarblað eða beittan hníf til að gera 3-4 skáskornar raufar efst á hverju brauði. Bakið þar til þau eru gullinbrún og brauðin hljóma hol þegar slegið er á botninn, um 40-45 mínútur.

6. Settu brauðin á vírgrind til að kólna alveg. Berið fram við stofuhita. Vefjið inn í filmu og geymið við stofuhita í allt að 24 klukkustundir eða frystið í allt að 1 mánuð.

tómatarúllur

Panini al Pomodoro

Gerir 8 rúllur

Tómatmauk litar þessar rúllur fallega appelsínurauða og gefur tómatabragði. Mér finnst gott að nota tvöfalda styrkleika tómatmaukið sem selt er í túpum sem tannkrem. Það hefur gott sætt tómatbragð, og þar sem flestar uppskriftir kalla aðeins á matskeið eða tvær af mauki, geturðu notað eins mikið og þú þarft, lokað síðan rörinu og kælt, ólíkt niðursoðnu tómatmauki.

Þó mér detti ekki oft í hug Veneto þegar ég hugsa um tómata þá eru þessar rúllur vinsælar þar.

1 umslag (21/2 tsk) virkt þurrger eða 2 tsk instant ger

1/2 bolli auk 3/4 bolli heitt vatn (100-110°F)

1 1/4 bolli tómatmauk

2 matskeiðar af ólífuolíu

Um 23/4 bollar óbleikt alhliða hveiti

2 teskeiðar af salti

1 tsk þurrkað oregano, mulið

1.Í meðalstórri skál, stráið gerinu með 1/2 bolla af vatni. Látið standa þar til gerið er orðið rjómakennt, um það bil 2 mínútur. Hrærið þar til gerið leysist upp. Bætið tómatmaukinu og restinni af vatninu saman við og blandið þar til það er slétt. Bætið við ólífuolíu.

tveir. Blandið saman hveiti, salti og oregano í stórri skál.

3.Hellið vökvanum í þurrefnin. Blandið með tréskeið þar til slétt deig myndast. Snúið deiginu út á létt hveitistráð yfirborð og hnoðið þar til það er slétt og teygjanlegt í um 10 mínútur, bætið við meira hveiti eftir þörfum til að gera rakt, örlítið klístrað deig. (Eða búið til deigið í öflugum blandara, matvinnsluvél eða brauðvél samkvæmt leiðbeiningum framleiðanda.)

Fjórir. Smyrjið að innan í stórri skál. Bætið deiginu út í, snúið einu sinni til að húða yfirborðið. Setjið plastfilmu yfir og látið hefast í 11/2 tíma eða þar til tvöfaldast að stærð.

5. Smyrjið stóra bökunarplötu. Fletjið deigið út til að fjarlægja loftbólur. Skerið deigið í 8 jafna hluta. Mótaðu hvern bita í kúlu. Settu kúlurnar með nokkurra sentímetra millibili á ofnplötu. Hyljið með plastfilmu og látið hefast þar til tvöfaldast, um 1 klst.

6. Settu grindina í miðjan ofninn. Hitið ofninn í 400°F. Bakið þar til muffins eru gullinbrúnar og hljóma holar þegar bankað er á þær, um 20 mínútur.

7. Renndu rúllunum á vírgrind til að kólna alveg. Berið fram við stofuhita. Geymið pakkað inn í filmu í allt að 24 klukkustundir eða í frysti í allt að 1 mánuð.

land bræður

Rustic brioche

Gerir 8 skammta

Brioche-deigið, ríkt af smjöri og eggjum, sem sennilega var flutt til Napólí af frönskum matreiðslumönnum um 1700, er auðgað með möluðu kjöti af skinku og osti. Þetta bragðmikla brauð er frábært antipasto eða borið fram með salati fyrir eða eftir máltíð. Athugið að þetta deig er þeytt slétt og án þess að hnoða.

1 1/2 bolli heit mjólk (100-110°F)

1 umslag (2 1/2 tsk) virkt þurrger eða 2 tsk instant ger

4 matskeiðar (1/2 stafur) af ósöltuðu smjöri, við stofuhita

1 skeið af sykri

1 teskeið af salti

2 stór egg, stofuhita

Um 2 1/2 bolli óbleikt alhliða hveiti

1/2 bolli saxaður ferskur mozzarella, þurr ef hann er rakur

¹1/2 bolli hakkað próvolón

¹1/2 bolli saxaður prosciutto

1. Hellið mjólkinni í litla skál og stráið gerinu yfir. Látið standa þar til gerið er orðið rjómakennt, um það bil 2 mínútur. Hrærið þar til gerið leysist upp.

tveir. Hrærið smjör, sykur og salt í stórri skál í sterkum blandara eða matvinnsluvél. Þeytið eggin. Bætið mjólkurblöndunni út í með tréskeið. Bætið hveitinu út í og þeytið þar til slétt er. Deigið verður klístrað.

3. Mótaðu deigið í kúlu á létt hveitistráðu yfirborði. Lokið með skál á hvolfi og látið standa í 30 mínútur.

Fjórir. Smyrðu og hveiti 10 tommu rör eða Bundt pönnu.

5. Létt hveiti kökukefli. Rúllaðu deiginu í 22 x 8 tommu rétthyrning. Dreifðu ostinum og kjötinu yfir deigið og skildu eftir 1 tommu brún á langhliðunum. Byrjaðu á einni langhliðinni, rúllaðu deiginu þétt í strokk. Klípið sauminn til að innsigla. Settu rúllusaumshliðina niður í tilbúnu pönnu. Klípið endana til að loka. Hyljið pönnuna með plastfilmu. Látið

deigið hefast á heitum, draglausum stað þar til það hefur tvöfaldast, um 1 1/2 klst.

6. Settu ofngrindina í miðju ofnsins. Hitið ofninn í 350°F. Bakið þar til brauðin eru gullinbrún og hljóma hol þegar slegið er á þær, um 35 mínútur.

7. Settu brauðin á vírgrind til að kólna alveg. Berið fram við stofuhita. Vefjið inn í filmu og geymið við stofuhita í allt að 24 klukkustundir eða frystið í allt að 1 mánuð.

Pappírsbrauð sardínskrar tónlistar

Tónlistarskrá

Gerir 8-12 skammta

Stór pappírsþunn blöð af brauði eru kölluð „tónlistarpappír" á Sardiníu, því brauði, eins og pappír, var einu sinni rúllað upp til að auðvelda geymslu. Sardiníumenn skera blöðin í smærri bita til að borða með máltíðum eða sem snarl með mjúkum geita- eða kindaosti, eða drekka þau í súpu eða hylja þau með sósum eins og pasta. Semolina er að finna í mörgum sérverslunum eða í vörulistum eins og King Arthur Flour Baker's Catalogue (sjáHeimildir).

Um 1 1/4 bolli alhliða eða óbleikt brauðhveiti

1 1/4 bollar fínt grjónamjöl

1 teskeið af salti

1 bolli heitt vatn

1. Blandið saman allskyns eða brauðhveiti, semolina og salti í stóra skál. Bætið vatni út í með tréskeið þar til blandan myndar slétt deig.

tveir. Skafið deigið á létt hveitistráð yfirborð. Hnoðið deigið, bætið hveiti við ef þarf, í þétt, slétt og teygjanlegt deig í um 5 mínútur. Mótaðu deigið í kúlu. Lokið á hvolfi með skál og látið standa við stofuhita í 1 klst.

3. Settu grindina í miðjan ofninn. Forhitið ofninn í 450°F.

Fjórir. Skiptið deiginu í sex hluta. Notaðu kökukefli, á létt hveitistráðu yfirborði, rúllaðu út 12 tommu hring nógu þunnt til að þú sjáir hönd þína í gegnum hann þegar deiginu er haldið upp að ljósinu. Setjið deigið á kökukefli til að lyfta því. Settu deigið á ósmurða bökunarplötu, sléttaðu út allar hrukkur.

5. Bakið í um það bil 2 mínútur eða þar til yfirborð brauðsins er orðið þétt. Verndaðu aðra höndina með pottaleppi og snúðu deiginu við, haltu stórum málmspaða í hinni. Steikið í um það bil 2 mínútur í viðbót eða þar til þær eru gullinbrúnar.

6. Færið brauðið yfir á vírgrind til að kólna alveg. Endurtaktu með restinni af deiginu.

7. Skerið hvern disk í 2 eða 4 bita til framreiðslu. Geymið afganga á þurrum stað í vel lokuðum plastpoka.

Afbrigði: Berið fram sem forrétt með því að hita brauðið á bökunarplötu í lágum ofni í 5 mínútur eða þar til það er orðið heitt. Settu bitana á disk og dreyfðu hverju lagi af extra virgin ólífuolíu og grófu salti eða söxuðu fersku rósmaríni. Berið fram heitt.

Rauðlauksbrauð

Focaccia alle Cipolle Rosso

Gerir 8-10 skammta

Deigið fyrir þessa focaccia er mjög blautt og klístrað og því er því blandað varlega saman í skál án þess að hnoða. Blandið í höndunum með tréskeið eða notaðu rafmagnshrærivél, matvinnsluvél eða harðbrauðsvél. Löng, hæg hækkun gefur þessu brauði ljúffengt bragð og léttan mola. Þó að flest focaccia sé best borið fram heitt, þá er þetta nógu rakt til að endast jafnvel við stofuhita.

1 umslag (21/2 tsk) virkt þurrger eða instant ger

1 1/2 bolli heitt vatn (100-110°F)

1 1/2 bolli mjólk, við stofuhita

6 matskeiðar af ólífuolíu

Um það bil 5 bollar af óbleiktu alhliða hveiti

2 matskeiðar af söxuðu fersku rósmaríni

2 teskeiðar af salti

1 1/2 dl rauðlaukur, saxaður gróft

1. Í meðalstórri skál, stráið gerinu yfir heita vatnið. Látið standa þar til gerið er orðið rjómakennt, um það bil 2 mínútur. Hrærið þar til gerið leysist upp. Bætið mjólkinni og 4 matskeiðum af olíu saman við og blandið þar til það er slétt.

tveir. Blandið saman hveiti, rósmaríni og salti í stórri skál í sterkum blandara eða matvinnsluvél. Bætið gerblöndunni út í og blandið þar til slétt deig myndast. Hnoðið þar til það er slétt og teygjanlegt, um 3-5 mínútur. Deigið verður klístrað.

3. Smyrjið stóra skál. Setjið deigið í skál og setjið plastfilmu yfir. Látið hefast á heitum, draglausum stað þar til tvöfaldast, um 1 1/2 klst.

Fjórir. Smyrðu 13 x 9 x 2 tommu bökunarform. Hellið deiginu í pönnuna og dreifið því jafnt yfir. Setjið plastfilmu yfir og látið hvíla í 1 klukkustund eða þar til tvöfaldast að stærð.

5. Settu ofngrindina í miðju ofnsins. Forhitið ofninn í 450°F.

6. Þrýstu vel á deigið með fingurgómunum til að búa til brunna með um það bil 1 tommu á milli og 1/2 tommu djúpa. Stráið hinum 2 matskeiðum af ólífuolíu yfir og dreifið lauksneiðunum ofan á. Stráið grófu salti yfir. Bakið þar til þær verða stökkar og gullinbrúnar, um 25-30 mínútur.

7. Renndu focaccia á vír grind til að kólna. Skerið í ferninga. Berið fram heitt eða við stofuhita. Geymið við stofuhita vafinn inn í álpappír í allt að 24 klst.

Hvítvínsflatbrauð

Vín Focaccia

Gerir 8-10 skammta

Hvítvín gefur þessari focaccia í genóskum stíl einstakt bragð. Yfirleitt er hann toppaður með grófum sjávarsaltkristöllum en þú getur skipt út fyrir ferska salvíu eða rósmarín ef þú vilt. Í Genúa er það borðað við allar máltíðir, þar á meðal morgunmat, og skólabörn taka sér sneið úr bakaríinu fyrir miðnætti. Deigið fyrir þessa focaccia er mjög blautt og klístrað, svo það er best gert í sterkum blandara eða matvinnsluvél.

Þetta focaccia er búið til úr forrétti, samsetningu af geri, hveiti og vatni sem gefur mörgum brauðum meira bragð og góða áferð. Hægt er að gera aðalréttinn allt frá 1 til 24 tímum áður en brauðið er búið til, þannig að skipuleggja í samræmi við það.

1 umslag (2 1/2 tsk) virkt þurrger eða 2 tsk instant ger

1 bolli heitt vatn (100° til 110°F)

Um það bil 4 bollar af óbleiktu alhliða hveiti

2 teskeiðar af salti

¹1/2 bolli þurrt hvítvín

¹1/4 bolli ólífuolía

Auka

3 matskeiðar af extra virgin ólífuolíu

1 tsk gróft sjávarsalt

1.Til að byrja með, stráið gerinu yfir vatnið. Látið standa þar til gerið er orðið rjómakennt, um það bil 2 mínútur. Hrærið þar til gerið leysist upp. Þeytið 1 bolla hveiti út í þar til það er slétt. Hyljið það með plastfilmu og látið það standa við stofuhita í um það bil 1 klukkustund eða allt að 24 klukkustundir. (Ef það er heitt skaltu setja forréttinn í ísskápinn. Taktu hann út um klukkustund áður en deigið er búið til.)

tveir. Sameina 3 bolla af hveiti og salti í sterkum blandara eða matvinnsluvél. Bætið forrétti, víni og olíu saman við. Blandið deiginu þar til það er slétt og teygjanlegt, um 3-5 mínútur. Það verður mjög klístrað en ekki bæta við hveiti.

3.Smyrjið að innan í stórri skál. Bætið deiginu út í. Setjið plastfilmu yfir og látið hefast á heitum, draglausum stað þar til tvöfaldast að stærð, um 1 1/2 klst.

Fjórir. Smyrðu stóra ofnplötu eða 15 x 10 x 1 tommu hlauprúlluform. Fletjið deigið út. Settu það á pönnuna með því að klappa því og teygja það með höndunum til að það passi. Hyljið með plastfilmu og látið hefast þar til tvöfaldast, um 1 klst.

5.Settu grindina í miðjan ofninn. Forhitið ofninn í 425° F. Þrýstu deiginu þétt með fingurgómunum til að mynda dælur með um 1 tommu millibili. Dreypið 3 matskeiðar af olíu yfir. Stráið sjávarsalti yfir. Bakið í 25-30 mínútur eða þar til þær eru orðnar stökkar og gullinbrúnar.

6.Renndu focaccia á vír grind til að kólna aðeins. Skerið í ferninga eða ferhyrninga og berið fram heitt.

Sólþurrkað tómatbrauð

Focaccia di Pomodori Secchi

Gerir 8-10 skammta

Þurrkaðir, marineraðir og rakir tómatar henta fyrir þessa focaccia í frjálsu formi. Ef þú átt bara þurrkaða tómata sem hafa ekki verið leystir upp skaltu bara leggja þá í bleyti í volgu vatni í nokkrar mínútur þar til þeir mýkjast.

1 tsk af virku þurrgeri

1 bolli heitt vatn (100° til 110°F)

Um það bil 3 bollar af óbleiktu alhliða hveiti

1 teskeið af salti

4 matskeiðar af extra virgin ólífuolíu

8-10 stykki af marineruðum sólþurrkuðum tómötum, tæmdir og skornir í fjórða

Örlítið af möluðu þurrkuðu oregano

1. Stráið gerinu yfir vatnið. Látið standa þar til gerið er orðið rjómakennt, um það bil 2 mínútur. Hrærið þar til gerið leysist upp. Bætið við 2 matskeiðum af olíu.

tveir. Blandið saman hveiti og salti í stórri skál. Bætið gerblöndunni út í og blandið saman með tréskeið þar til slétt deig myndast.

3. Setjið deigið á létt hveitistráð yfirborð. Hnoðið þar til slétt og teygjanlegt, um 10 mínútur, bætið við meira hveiti eftir þörfum til að gera rakt, örlítið klístrað deig. (Eða búið til deigið í öflugum blandara, matvinnsluvél eða brauðvél samkvæmt leiðbeiningum framleiðanda.) Mótaðu deigið í kúlu.

Fjórir. Smyrjið að innan í stórri skál. Bætið deiginu út í, snúið einu sinni til að húða yfirborðið. Setjið plastfilmu yfir og látið hefast á heitum, draglausum stað þar til tvöfaldast að stærð, um 1 1/2 klst.

5. Smyrjið stóra bökunarplötu eða 12 tommu hringlaga pizzuform. Setjið deigið í pönnuna. Smyrjið hendurnar og fletjið deigið út í 12 tommu hring. Setjið plastfilmu yfir og látið hefast þar til tvöfaldast, um 45 mínútur.

6. Settu ofngrindina í miðju ofnsins. Forhitaðu ofninn í 450 ° F. Notaðu fingurgómana til að búa til brunna í deigið með um 1 tommu millibili. Þrýstið smá tómötum í hverja holu. Dreifið hinum 2 matskeiðum af ólífuolíu með fingrunum. Stráið oregano yfir. Bakið í 25 mínútur eða þar til þær eru gullinbrúnar.

7. Renndu focaccia á skurðbretti og skerðu í ferninga. Berið fram heitt.

Rómverskt kartöflubrauð

Kartöflupizza

Gerir 8-10 skammta

Þrátt fyrir að Rómverjar borði mikið af pizzum með dæmigerðu áleggi er fyrsta ástin þeirra pizza bianca, "hvít pizza", löng, ferhyrnd flatbrauð sem líkist Genoese focaccia, aðeins stökkari og dúnkenndari. Pizza Bianca er venjulega toppað með salti og ólífuolíu, þó að þetta afbrigði með þunnar stökkum kartöflum sé líka vinsælt.

1 umslag (2 1/2 tsk) virkt þurrger eða 2 tsk instant ger

1 bolli heitt vatn (100° til 110°F)

Um það bil 3 bollar af óbleiktu alhliða hveiti

1 tsk salt og meira fyrir kartöflurnar

6 matskeiðar af ólífuolíu

1 pund gulholdaðar kartöflur, eins og Yukon Gold, skrældar og skornar mjög þunnar

nýmalaður svartur pipar

1.Stráið gerinu yfir vatnið. Látið standa þar til gerið er orðið rjómakennt, um það bil 2 mínútur. Hrærið þar til gerið leysist upp.

tveir.Í stórri skál skaltu sameina 3 bolla hveiti og 1 tsk salt. Bætið gerblöndunni og 2 msk af olíu saman við. Blandið með tréskeið þar til slétt deig myndast. Snúið deiginu á létt hveitistráð yfirborð og hnoðið þar til það er slétt og teygjanlegt í um 10 mínútur. Bætið hveiti við eftir þörfum til að gera rakt en ekki klístrað deig. (Eða búið til deigið í öflugum blandara, matvinnsluvél eða brauðvél samkvæmt leiðbeiningum framleiðanda.)

3.Smyrjið að innan í stórri skál. Bætið deiginu út í og snúið einu sinni til að smyrja yfirborðið. Hyljið með plastfilmu. Látið hefast á heitum, draglausum stað þar til tvöfaldast, um 1 1/2 klst.

Fjórir. Smyrðu 15 x 10 x 1 tommu pönnu. Fletjið deigið varlega út og setjið í pönnuna. Teygðu og dreifðu deiginu þannig að það passi á pönnuna. Setjið plastfilmu yfir og látið hefast þar til tvöfaldast, um 45 mínútur.

5. Settu grindina í miðjan ofninn. Forhitið ofninn í 425°F. Kasta kartöflunum í skál með hinum 4 matskeiðum af ólífuolíu og salti og pipar eftir smekk. Leggið sneiðarnar ofan á deigið þannig að þær skarist aðeins.

6. Bakið í 30 mínútur. Aukið hitann í 450°F. Bakið 10 mínútum lengur eða þar til kartöflurnar eru mjúkar og gullbrúnar. Renndu pizzunni á borðið og skerðu í ferninga. Berið fram heitt.

Grillað brauð frá Emilia-Romagna

piadine

Gerir 8 brauð

Piadina er vinsælt kringlótt brauð bakað á pönnu eða steini í Emilia-Romagna. Litríkir röndóttir dúkabásar birtast á götuhornum á sumrin í strandbæjum við Adríahafsströndina. Í hádeginu eru skrifstofurnar opnar fyrir fyrirtæki og einkennisklæddir rekstraraðilar rúlla og baka piadina eftir pöntun á flötum blöðum. Heita piadana, um níu tommur í þvermál, er brotin í tvennt og síðan fyllt með osti, sneiðum prosciutto, salami eða ristuðu grænmeti (td.endive með hvítlauk) og borðað sem samlokur.

Þó að piadina sé venjulega búið til með smjörfeiti skipti ég því út fyrir ólífuolíu, þar sem ferskt smjörfeiti er ekki alltaf í boði. Skerið piadana í sneiðar fyrir antipasto eða sem snarl.

31/2 bolli óbleikt alhliða hveiti

1 teskeið af salti

1 teskeið af lyftidufti

1 bolli heitt vatn

¹1/4 bolli ferskt, brætt og kælt svínafeiti eða ólífuolía

Soðið grænmeti, sneið kjöt eða ostar

1. Blandið saman hveiti, salti og lyftidufti í stórri skál. Bætið við vatni og smjörfeiti eða olíu. Blandið með tréskeið þar til slétt deig myndast. Skafið deigið á létt hveitistráð yfirborð og hnoðið deigið í smá stund þar til það er slétt. Mótaðu deigið í kúlu. Hyljið með skál á hvolfi og látið standa í 30 mínútur til 1 klst.

tveir. Skerið deigið í 8 jafna hluta. Skildu eftir stykkin þakin og rúllaðu einu stykki af deigi í 8 tommu hring. Endurtaktu með restina af deiginu, stafaðu hringjunum með vaxpappír á milli hvers og eins.

3. Hitið ofninn í 250°F. Hitið stóra pönnu eða pönnukökupönnu yfir meðalhita þar til það er mjög heitt og vatnsdropi síast og hverfur fljótt þegar hann berst á yfirborðið. Setjið deighringinn á yfirborðið og eldið í 30-60 sekúndur eða þar til piadina byrjar að harðna og verða gullinbrúnt. Snúið deiginu

við og eldið í 30 til 60 sekúndur í viðbót, eða þar til það er vel brúnt á annarri hliðinni.

Fjórir. Vefjið piadanum inn í álpappír og haldið heitum í ofninum á meðan þið bakið restina af deighringjunum á sama hátt.

5.Berið fram grænmeti eða sneiðar af prosciutto, salami eða osti á annarri hliðinni á piadina. Brjótið piada yfir fyllinguna og borðið hana eins og samloku.

Brauðstangir

grissini

Gerir um 6 tugi brauðstanga

Pastavél búin fettuccine skeri getur líka búið til langar, þunnar brauðstangir sem kallast grissini. (Ég mun líka gefa leiðbeiningar ef þú vilt eða þarft að skera brauðstangadeigið í höndunum.) Breyttu bragðinu með því að bæta möluðum svörtum pipar eða þurrkuðum kryddjurtum út í deigið, eins og hakkað rósmarín, timjan eða oregano.

1 umslag (2 1/2 tsk) virkt þurrger eða 2 tsk instant ger

1 bolli heitt vatn (100° til 110°F)

2 matskeiðar af extra virgin ólífuolíu

Um 2 1/2 bolli óbleikt alhliða hveiti eða brauðhveiti

1 teskeið af salti

2 matskeiðar af gulu maísmjöli

1. Í stórri skál, stráið gerinu yfir vatnið. Látið standa þar til gerið er orðið rjómakennt, um það bil 2 mínútur. Hrærið þar til gerið leysist upp.

tveir.Bætið við ólífuolíu. Bætið við 2 1/2 bolla af hveiti og salti. Blandið þar til slétt deig myndast.

3. Hnoðið deigið á létt hveitistráðu yfirborði þar til það er stíft og teygjanlegt, um það bil 10 mínútur, bætið við meira hveiti ef þarf til að deigið verði ekki klístrað. (Eða búið til deigið í öflugum blandara, matvinnsluvél eða brauðvél samkvæmt leiðbeiningum framleiðanda.)

Fjórir. Smyrjið að innan í stórri skál. Setjið deigið í skál, snúið einu sinni til að húða yfirborðið. Setjið plastfilmu yfir og látið hefast á heitum, draglausum stað þar til tvöfaldast að stærð, um 1 1/2 klst.

5. Settu tvær grindur í miðju ofnsins. Forhitið ofninn í 350°F. Dustið tvö stór bökunarplötur með maísmjöli.

6. Hnoðið deigið stuttlega til að fjarlægja loftbólur. Skiptið deiginu í 6 hluta. Fletjið eitt stykki deig út í 5 × 4 × 1/4 tommu sporöskjulaga. Stráið meira hveiti yfir svo það festist ekki. Geymið afganginn af deiginu þakið.

7. Stingið einum stuttum enda deigsins í fettuccineskera pastavélarinnar og skerið deigið í 1/4 tommu ræmur. Skerið deigið í höndunum með því að fletja það út með kökukefli á skurðbretti. Notaðu stóran, þungan hníf dýfðan í hveiti, skera í 1/4 tommu ræmur.

8. Settu ræmurnar með 1/2 tommu í sundur á einni af tilbúnu bökunarplötunum. Endurtaktu með restinni af deiginu. Bakið í 20-25 mínútur eða þar til létt gullinbrúnt, snúið pönnum hálfa leið í gegn.

9. Kælið í pönnum á vírgrind. Geymið í loftþéttum umbúðum í allt að 1 mánuð.

fennel hringir

Taralli al Finocchio

Gerir 3 tugi hringa

Taralli eru stökkar brauðstangir í formi hrings. Hægt er að krydda þær einfaldlega með ólífuolíu eða með muldum rauðum pipar, svörtum pipar, oregano eða öðrum kryddjurtum og eru vinsælar um Suður-Ítalíu. Það eru líka sætar tartarlijas, sem eru frábærar til að dýfa með víni eða kaffi. Taralls geta verið eins litlar og nikkel eða nokkrar tommur, en þær eru alltaf harðar og skarpar. Mér finnst gott að bera þá fram með víni og osti.

1 pakki (2 1/2 msk) af virku þurrgeri eða 2 tsk af instant ger

1/4 bolli heitt vatn (100° til 110°F)

1 bolli óbleikt alhliða hveiti

1 bolli semolina hveiti

1 matskeið af fennelfræjum

1 teskeið af salti

¹/3 bolli þurrt hvítvín

¹1/4 bolli ólífuolía

1. Stráið gerinu yfir vatnið í mæliglasi. Látið standa þar til gerið er orðið rjómakennt, um það bil 2 mínútur. Hrærið þar til gerið leysist upp.

tveir. Í stórri skál, blandið tveimur hveiti, fennel og salti. Bætið við gerblöndu, víni og olíu. Blandið þar til slétt deig myndast, um 2 mínútur. Skafið deigið á létt hveitistráð yfirborð og hnoðið þar til það er slétt og teygjanlegt, um það bil 10 mínútur. Mótaðu deigið í kúlu.

3. Smyrjið að innan í stórri skál. Setjið deigið í skál, snúið einu sinni til að húða yfirborðið. Lokið og látið hefast á heitum, draglausum stað þar til tvöfaldast, um 1 klukkustund.

Fjórir. Skiptið deiginu í þrjá hluta, síðan hvern þriðjung í tvennt, gerðu 6 jafna hluta. Haltu því sem eftir er þakið skál á hvolfi og skerið eitt stykki í 6 jafna hluta. Rúllaðu bitunum í 4 tommu bita. Myndið hvern hring og klípið endana vel saman. Endurtaktu með restinni af deiginu.

5. Settu nokkur lólaus eldhúshandklæði. Fylltu stóra pönnu til hálfs með vatni. Hitið vatnið að suðu. Bætið deighringjum við nokkrum í einu. (Ekki innsigla.) Eldið í 1 mínútu eða þar til hringirnir lyftast. Fjarlægðu hringina með skeið og settu þá á pappírshandklæði til að renna af. Endurtaktu með restinni af deiginu.

6. Settu tvær grindur í miðju ofnsins. Forhitaðu ofninn í 350 ° F. Settu deighringi með tommu millibili á 2 stórar ósmurðar bökunarplötur. Bakið þar til gullinbrúnt, um 45 mínútur, snúið pönnunum um hálfa leið. Slökktu á ofninum og opnaðu hurðina aðeins. Látið hringina kólna í ofninum í 10 mínútur.

7. Flyttu hringina yfir á vírgrind til að kólna. Geymið í loftþéttum umbúðum í allt að 1 mánuð.

Möndlu- og svartur piparhringir

Taralli með le Mandorle

Gerir 32 hringa

Alltaf þegar ég fer til Napólí er eitt af mínum fyrstu viðkomustöðum bakarí með stórum poka af þessum stökku brauðhringjum. Þær eru bragðbetri en kringlur eða annað snakk og er tilvalið að borða fyrir eða með máltíð. Napólíbúar búa þá til með smjörfeiti, sem gefur þeim yndislegt bragð og bráðna í munninn áferð, en þeir eru líka góðir með ólífuolíu. Þessar endast vel og gaman að hafa með sér í félaginu.

1 pakki (2 1/2 msk) af virku þurrgeri eða 2 tsk af instant ger

1 bolli heitt vatn (100° til 110°F)

1/2 bolli smjörfeiti, brætt og kælt, eða ólífuolía

3 1/2 bolli óbleikt alhliða hveiti

2 teskeiðar af salti

2 tsk nýmalaður svartur pipar

1 bolli saxaðar möndlur

1.Stráið gerinu yfir vatnið. Látið standa þar til gerið er orðið rjómakennt, um það bil 2 mínútur. Hrærið þar til gerið leysist upp.

tveir. Blandið saman hveiti, salti og pipar í stórri skál. Bætið við gerblöndu og smjörfeiti. Blandið þar til slétt deig myndast. Snúið deiginu út á létt hveitistráð yfirborð og hnoðið þar til það er slétt og teygjanlegt, um það bil 10 mínútur. Hnoðið möndlurnar.

3.Mótaðu deigið í kúlu. Hyljið deigið með hvolfi skál og látið hefast á heitum stað þar til það hefur tvöfaldast, um 1 klukkustund.

Fjórir. Settu 2 grindur í miðju ofnsins. Forhitið ofninn í 350°F. Þrýstu niður á deigið til að fjarlægja loftbólur. Skerið deigið í tvennt, skerið síðan hvern helming í tvennt aftur og síðan hvern fjórðung í tvennt til að gera 8 jafna hluta. Geymið afganginn af deiginu þakið og skiptið 1 stykki í 4 jafna hluta. Rúllaðu hverju stykki í 6 tommu reipi. Snúðu hverri reipi 3 sinnum og mótaðu hana síðan í hring, klíptu endana þétt saman. Settu hringana með tommu millibili á tveimur ósmurðum bökunarplötum. Endurtaktu með restinni af deiginu.

5. Bakið hringina í 1 klukkustund eða þar til þeir eru gullinbrúnir og stökkir, snúið pönnunum um hálfa leið. Slökktu á hitanum og láttu hringina kólna og þorna í ofni í 1 klst.

6. Takið úr ofninum og setjið yfir á grind til að kólna alveg. Geymið í loftþéttum umbúðum í allt að 1 mánuð.

heimagerð pizza

Heima pizza

Gerir 6-8 skammta

Ef þú heimsækir hús á Suður-Ítalíu verður þér boðið upp á svona pizzu. Hún er nokkuð frábrugðin kringlótt pizzeriaterta.

Heimagerð pizza er um 3/4 tommur þykk þegar hún er bökuð á stórri pönnu. Þar sem pannan er smurð verður botninn stökkur. Hún er aðeins léttsteikt með rifnum osti yfir í stað mozzarella, sem yrði of seigt ef pizzan er borin fram við stofuhita eins og venjulega. Þessi tegund af pizzum heldur vel við upphitun.

Prófaðu þessa tertu með pylsum eða sveppasósu og bættu við mozzarella eða öðrum bræddum osti ef þú ætlar að borða hana strax eftir að hún er bökuð.

Deig

1 pakki (21/2 msk) af virku þurrgeri eða 2 tsk af instant ger

11/4 bollar heitt vatn (100-110°F)

Um 31/2 bolli óbleikt alhliða hveiti

2 teskeiðar af salti

2 matskeiðar af ólífuolíu

Auka

1 uppskrift (um 3 bollar)Pizzasósa

1 1/2 bolli nýrifinn Pecorino Romano

Ólífuolía

1. Útbúið deigið: Stráið gerinu yfir vatnið. Látið standa þar til gerið er orðið rjómakennt, um það bil 2 mínútur. Hrærið þar til gerið leysist upp.

tveir. Blandið saman 3 1/2 bolla af hveiti og salti í stórri skál. Bætið gerblöndunni og ólífuolíu út í. Blandið með tréskeið þar til slétt deig myndast. Snúið deiginu út á létt hveitistráð yfirborð og hnoðið þar til það er slétt og teygjanlegt, bætið við meira hveiti ef þarf til að gera rakt en ekki klístrað deig, um það bil 10 mínútur. (Eða búið til deigið í öflugum blandara, matvinnsluvél eða brauðvél samkvæmt leiðbeiningum framleiðanda.)

3. Smyrjið stóra skál létt með olíu. Setjið deigið í skál, snúið einu sinni til að húða yfirborðið. Hyljið með plastfilmu. Setjið það á heitan, draglausan stað og látið hefast þar til það hefur tvöfaldast, um það bil eina og hálfa klukkustund.

Fjórir. Settu grindina í miðjan ofninn. Smyrðu 15 x 10 x 1 tommu hlauprúlluform. Fletjið deigið varlega út. Setjið deigið í miðju formsins og teygðu og klappaðu því þannig að það passi. Hyljið með plastfilmu og látið hefast í um 45 mínútur eða þar til það er stíft og næstum tvöfalt að stærð.

5. Á meðan deigið lyftist á pönnunni, undirbúið sósuna. Forhitaðu ofninn í 450 ° F. Notaðu fingurgómana til að þrýsta þétt niður á deigið til að mynda 1 tommu dýfur á yfirborðinu. Dreifið sósunni yfir deigið og skilið eftir 1/2 tommu um brúnina. Bakið í 20 mínútur.

6. Stráið osti yfir. Sprautaðu með olíu. Setjið pizzuna inn í ofn og bakið í 5 mínútur eða þar til osturinn er bráðinn og skorpan gullinbrún. Skerið í ferninga og berið fram heitt eða við stofuhita.

pizzadeig að napólískum stíl

Dugar fyrir fjórar 9 tommu pizzur

Í Napólí, þar sem pizzugerð er listform, er tilvalin pizzaskorpa hörð og aðeins stökk, nógu sveigjanleg til að beygja sig án þess að sprunga. Napólískar pizzur eru ekki þykkar og kökur eða þunnar og stökkar.

Til að ná réttu jafnvægi við hveiti sem fáanlegt er í Bandaríkjunum þarftu blöndu af mjúku, lítið glúten kökumjöli og harðara, glútenríku alhliða hveiti. Til að fá stökkari skorpu skaltu auka magn af alhliða hveiti og minnka magn af kökumjöli í samræmi við það. Brauðhveiti, sem inniheldur mikið af glúteni, myndi gera pizzuskorpuna of harða.

Hægt er að blanda og hnoða pizzudeig í sterkum rafmagnshrærivél eða matvinnsluvél eða jafnvel í brauðvél. Þú getur fengið alvöru pizzustofuáferð með því að baka kökurnar beint á ógljáðan bökunarstein eða grjótflísar sem fást í eldhúsbúnaðarverslunum.

Þessi uppskrift gerir fjórar pizzur. Í Napólí fá allir sína pizzu en þar sem erfitt er að baka fleiri en eina tertu í einu í heimaofni skar ég hverja tertu í sneiðar til að bera fram.

1 tsk virkt þurrger eða instant ger

1 bolli heitt vatn (100-110°F)

1 dl venjulegt kökumjöl (ekki sjálflyft)

Um það bil 3 bollar af óbleiktu alhliða hveiti

2 teskeiðar af salti

1. Stráið gerinu yfir vatnið. Látið standa þar til gerið er orðið rjómakennt, um það bil 2 mínútur. Hrærið þar til gerið leysist upp.

tveir. Blandið saman hveitinu tveimur og salti í stórri skál. Bætið gerblöndunni út í og blandið þar til slétt deig myndast. Snúið deiginu út á létt hveitistráð yfirborð og hnoðið þar til það er slétt og teygjanlegt, bætið hveiti við eftir þörfum til að gera rakt en ekki klístrað deig, um það bil 10 mínútur. (Eða búið til deigið í öflugum blandara, matvinnsluvél eða brauðvél samkvæmt leiðbeiningum framleiðanda.)

3.Mótaðu deigið í kúlu. Settu það á hveitistráð yfirborð og hyldu það á hvolfi með skál. Látið standa í um eina og hálfa klukkustund við stofuhita, eða þar til tvöfaldast.

Fjórir. Opnaðu deigið og fjarlægðu allar loftbólur. Skerið deigið í tvennt eða í fernt, allt eftir stærð pizzanna sem þú ert að gera. Mótaðu hvern bita í kúlu. Settu kúlurnar með nokkurra sentímetra millibili á hveitistráðu yfirborði og hyldu þær með handklæði eða plastfilmu. Látið standa í 1 klukkustund eða þar til tvöfaldast.

5.Dustið létt hveiti yfir vinnuflötinn. Klappaðu og teygðu eitt stykki af deiginu í 9 til 12 tommu hring um það bil 1/4 tommu þykkt. Látið brún deigsins vera aðeins þykkari.

6.Dustið pizzuskorpuna eða bökunarplötuna ríkulega með hveiti. Setjið deighringinn varlega ofan á skorpuna. Hristið skorpuna til að tryggja að deigið festist ekki. Ef svo er skaltu lyfta deiginu og bæta við meira hveiti í skorpuna. Deigið er tilbúið til að þekja og baka samkvæmt uppskriftinni þinni.

Mozzarella, tómatar og basil pizza

Margherita pizza

Gerir fjórar 9 tommu pizzur eða tvær 12 tommu pizzur

Napólíbúar kalla þessa klassísku pizzu með mozzarella, náttúrulegri tómatsósu og basil Pizzu Margherita eftir fallegu drottningunni sem naut pizzunnar á 19. öld.

1 uppskriftNapólískt pizzadeig, útbúin í skrefi 6

21⁄2 bolliMarinara sósa, við stofuhita

12 aura þunnt sneið ferskur mozzarella

nýrifinn Parmigiano-Reggiano, valfrjálst

extra virgin ólífuolía

8 fersk basilíkublöð

1. Útbúið deigið og sósuna ef þarf. Síðan, 30-60 mínútum fyrir bakstur, setjið ógljáðan pizzastein eða grjótflísar eða bökunarplötu á neðsta stig ofnsins. Snúðu ofninum á hámarkshita: 500° eða 550°F.

tveir. Dreifðu þunnu lagi af sósu yfir deigið og skildu eftir 1/2 tommu ramma utan um það. Setjið mozzarella ofan á og stráið rifnum osti yfir ef það er notað.

3.Opnaðu ofninn og renndu deiginu varlega út úr skelinni með því að halla því aðeins í átt að bakhlið steinsins og hrista það varlega fram og til baka. Bakið pizzuna í 6-7 mínútur eða þar til skorpan er orðin stökk og gullinbrún.

Fjórir.Færið yfir á skurðbretti og dreypið smá extra virgin ólífuolíu yfir. Skerið 2 basilíkublöð í bita og dreifið ofan á pizzuna. Skerið í sneiðar og berið fram strax. Gerðu fleiri pizzur á sama hátt með öðru hráefni.

Afbrigði:Bökuð pizza toppuð með söxuðum ferskri rúlla og skinku í sneiðum.

Tómatar, hvítlauks og oregano pizza

Marinara pizza

Gerir fjórar 9 tommu eða tvær 12 tommu pizzur

Þrátt fyrir að margar mismunandi tegundir af pizzum séu borðaðar í Napólí, eru aðeins tvær tegundir af pizzum álitnar ekta, eða ósviknar, af opinberum samtökum napólískra pizzuframleiðenda.Mozzarella, tómatar og basil pizza, kennd við ástsælu drottninguna, er önnur og hin er pizza marinara, sem þrátt fyrir nafnið (marinara þýðir "frá sjómanninum") er gert án skelfisks. Hins vegar, ef þú pantar þessa tegund af pizzu frá Róm í stað Napólí, þá mun það líklega hafa ansjósu á henni.

pizzadeig að napólískum stíl, útbúin í skrefi 6

2½ bolliMarinara sósa, við stofuhita

1 dós ansjósu, tæmd (valfrjálst)

Þurrkað oregano, mulið

3 þunnt sneidd hvítlauksrif

extra virgin ólífuolía

1. Útbúið deigið og sósuna ef þarf. Setjið svo pizzustein, ógljáðar grjótflísar eða bökunarplötu á neðsta stig ofnsins á grind 30-60 mínútum fyrir bakstur. Snúðu ofninum á hámarkshita: 500° eða 550°F.

tveir. Dreifðu þunnu lagi af sósu yfir deigið og skildu eftir 1/2 tommu ramma utan um það. Setjið ansjósurnar ofan á. Stráið oregano og hvítlauk ofan á.

3. Opnaðu ofninn og renndu deiginu varlega út úr skelinni með því að halla því í átt að bakhlið steinsins og rugga því varlega fram og til baka. Bakið pizzuna í 6-7 mínútur eða þar til skorpan er orðin stökk og gullinbrún.

Fjórir. Færið yfir á skurðbretti og dreypið smá extra virgin ólífuolíu yfir. Skerið í sneiðar og berið fram strax. Gerðu fleiri pizzur með afganginum af hráefninu.

Áður en bakað er skaltu toppa þessa pizzu með þunnt sneiðum pepperoni og tæmdum, saltuðum heitum paprikum.

Villisveppapizzu

Pizza alla Boscaiola

Gerir fjórar 9 tommu pizzur

Í Piemonte fóru vinir vínfræðinga með manninn minn og ég á pítsustað sem napólískur maður opnaði. Hann bjó til pizzu fyrir okkur með tveimur staðbundnum hráefnum, Fontina frá Valle d'Ao, flauelsmjúkum kúamjólkurosti og ferskum sveppum. Osturinn bráðnaði fallega og bætti viðarbragðið af sveppunum. Þrátt fyrir að erfitt sé að fá ferskt svínarí í Bandaríkjunum, þá passar þessi pizza samt vel með öðrum sveppum.

pizzadeig að napólískum stíl, útbúin í skrefi 6

3 matskeiðar af extra virgin ólífuolíu

1 þunnt sneið hvítlauksrif

1 pund ýmsir sveppir, svo sem hvítir, shiitake og ostrusveppir (eða notaðu bara hvíta sveppi), snyrta og sneiða

1 1/2 tsk malað ferskt timjan eða klípa af mulnu þurrkuðu timjani

Salt og nýmalaður svartur pipar

2 matskeiðar af saxaðri ferskri steinselju

8 aura Fontina Valle d'Aosta, Asiago eða mozzarella, þunnt sneið

1. Útbúið deigið ef þarf. Setjið svo pizzustein, ógljáðar grjótflísar eða bökunarplötu á neðsta stig ofnsins á grind 30-60 mínútum fyrir bakstur. Snúðu ofninum á hámarkshita: 500° eða 550°F.

tveir. Hitið olíuna á stórri pönnu með hvítlauknum yfir meðalhita. Bætið sveppunum, timjaninu og salti og pipar eftir smekk og eldið, hrærið oft, þar til sveppasafinn gufar upp og sveppirnir eru brúnir, um það bil 15 mínútur. Bætið steinselju út í og takið af hitanum.

3. Dreifðu ostasneiðunum yfir deigið og skildu eftir 1 tommu brún allan hringinn. Stráið sveppum ofan á.

Fjórir. Opnaðu ofninn og renndu deiginu varlega úr skelinni með því að halla því í átt að steininum og hrista það varlega fram og til baka. Bakið pizzuna í 6-7 mínútur eða þar til skorpan er orðin stökk og gullinbrún. Dreypið smá extra virgin ólífuolíu ofan á.

5. Færið yfir á skurðbretti og dreypið smá extra virgin ólífuolíu yfir. Skerið í sneiðar og berið fram strax. Gerðu fleiri pizzur með afganginum af hráefninu.

nærbuxur

Gerir 4 calzones

Á götum Spaccanapoli, gamla hluta Napólí, gætirðu verið svo heppinn að hitta götusala sem býr til calzones. Orðið þýðir "stór sokkur", viðeigandi lýsing á þessari fylltu böku. Calzone er búið til úr pizzudeigi sem er brotið í hring utan um fyllinguna. Götusalar steikja þær í stórum pottum af sjóðandi olíu sem settar eru á færanlegan eldavél. Calzones eru venjulega bakaðar á pítsustöðum.

1 umslag (2 1/2 tsk) virkt þurrger eða 2 tsk instant ger

1 1/3 bolli heitt vatn (100-110°F)

Um 3 1/2 bolli óbleikt alhliða hveiti

2 teskeiðar af salti

2 matskeiðar af ólífuolíu og meira til að pensla

Fylling

1 kíló af nýmjólk eða undanrennu ricotta

8 oz ferskur mozzarella, saxaður

4 aura prosciutto, salami eða skinka, hakkað

1/2 bolli nýrifinn Parmigiano-Reggiano

1.Í stórri skál, stráið gerinu yfir vatnið. Látið standa þar til gerið er orðið rjómakennt, um það bil 2 mínútur. Hrærið þar til gerið leysist upp.

tveir.Bætið við 3 1/2 bolla af hveiti, salti og 2 msk ólífuolíu. Blandið með tréskeið þar til slétt deig myndast. Snúið deiginu út á létt hveitistráð yfirborð og hnoðið, bætið við meira hveiti ef þarf, þar til deigið er slétt og teygjanlegt, um það bil 10 mínútur.

3.Smyrjið stóra skál létt með olíu. Setjið deigið í skál og snúið því á hvolf til að smyrja yfirborðið. Hyljið með plastfilmu. Setjið á heitum, draglausum stað og látið hefast þar til tvöfaldast, um 1 1/2 klst.

Fjórir. Fletjið deigið út með hnefunum. Skerið deigið í 4 hluta. Mótaðu hvern bita í kúlu. Settu kúlurnar með nokkurra sentímetra millibili á létt hveitistráðu yfirborði. Hyljið lauslega með plastfilmu og látið hefast þar til tvöfaldast, um 1 klst.

5. Á meðan blandarðu innihaldsefnunum í fyllinguna þar til þau hafa blandast vel saman.

6. Settu tvær grindur í miðju ofnsins. Forhitið ofninn í 425 ° F. Smyrjið 2 stórar bökunarplötur.

7. Notaðu kökukefli, rúllaðu út einu stykki af deigi á létt hveitistráðu yfirborði í 9 tommu hring. Settu fjórðung af fyllingunni í miðju hringsins, skildu eftir 1/2 tommu ramma til að innsigla. Brjótið deigið saman við fyllinguna og kreistið út loftið. Klípið brúnirnar þétt saman. Brjótið síðan yfir brúnina og lokaðu aftur. Setjið calzone á eina bökunarplötu. Endurtaktu með afganginum af deiginu og fyllingunni, fjarlægðu calzones með nokkrum tommum á milli.

8. Gerðu litla rauf efst á hverri calzone til að leyfa gufu að komast út. Smyrjið yfirborðið með ólífuolíu.

9. Bakið í 35-40 mínútur eða þar til þær eru stökkar og gullinbrúnar, snúið pönnum um hálfa leið. Renndu yfir á vírgrind til að kólna í 5 mínútur. Berið fram heitt.

Afbrigði: Fylltu calzoni með blöndu af ricotta, geitaosti, hvítlauk og basil, eða berið calzoni fram með tómatsósu.

Ansjósuhylki

Crispeddi di Alice

12 síðan

Þessar litlu rúllur fylltar af ansjósu eru vinsælar um alla Suður-Ítalíu. Crispeddi er kalabrískt nafn; Sikileyingar kalla þá fanfarichi eða einfaldlega pasta fritta, "steikt deig". Sikileyska fjölskylda mannsins míns borðaði þau alltaf á gamlárskvöld á meðan aðrar fjölskyldur nutu þeirra á föstunni.

1 umslag (2 1/2 tsk) virkt þurrger eða 2 tsk instant ger

1 1/3 bolli heitt vatn (100-110°F)

Um 3 1/2 bolli óbleikt alhliða hveiti

2 teskeiðar af salti

1 dós (2 oz.) flat ansjósuflök, tæmd og þurrkuð

Um 4 aura af mozzarella, skorið í 1/2 tommu þykkar ræmur

jurtaolía til steikingar

1. Stráið gerinu yfir vatnið. Látið standa þar til gerið er orðið rjómakennt, um það bil 2 mínútur. Hrærið þar til gerið leysist upp.

tveir. Þeytið saman 3 1/2 bolla af hveiti og salti í stórri skál. Bætið gerblöndunni út í og blandið þar til slétt deig myndast. Snúið deiginu út á létt hveitistráð yfirborð og hnoðið, bætið við meira hveiti ef þarf, þar til deigið er slétt og teygjanlegt, um það bil 10 mínútur.

3. Smyrjið stóra skál. Setjið deigið í skál, snúið einu sinni til að húða yfirborðið. Hyljið með plastfilmu. Setjið á heitum, draglausum stað og látið hefast þar til tvöfaldast, um 1 klst.

Fjórir. Fletjið deigið út til að fjarlægja loftbólur. Skerið deigið í 12 hluta. Settu 1 stykki á létt hveitistráð yfirborð og haltu því sem eftir er þakið.

5. Rúllaðu deiginu í hring um það bil 5 tommur í þvermál. Settu ansjósustykki og mozzarellastykki í miðju hringsins. Færið brúnirnar á deiginu upp og þrýstið þeim saman í kringum fyllinguna og myndið töskulíkan odd. Flettu oddinn með því að þrýsta á loftið. Þrýstu saumnum þétt. Endurtaktu með öðrum hráefnum.

6. Klæðið botninn með pappírsþurrkum. Hellið nægri olíu 1/2 tommu djúpt í stóra, þunga pönnu. Hitið olíuna yfir meðalhita. Bætið við nokkrum rúllum í einu, saumið með hliðinni niður. Steikið bollurnar þar til þær eru gullinbrúnar með því að fletja þær út með spaða, um 2 mínútur á hvorri hlið. Tæmið á pappírshandklæði. Stráið salti ofan á.

7. Bakið restina af snúðunum á sama hátt. Látið kólna aðeins áður en það er borið fram.

færsla:Vertu varkár þegar þú bítur þá; að innan helst mjög heitt á meðan að utan kólnar.

tómata- og ostahringur

Panzerotti Pugliese

Gerir 16 umferðir

Litlu kexbollurnar sem líkjast ansjósubökunum hér að ofan eru sérgrein Dora Marzovilla frá Puglia. Hann útbýr þær á hverjum degi fyrir veitingastað fjölskyldu sinnar I Trulli í New York. Þetta er hægt að gera með eða án ansjósu.

1 deiguppskrift að buñuelos (fráAnsjósuhylki)

3 plómutómatar, fræhreinsaðir og saxaðir

Salt

4 únsur ferskur mozzarella, skorinn í 16 bita

jurtaolía til steikingar

1. Undirbúið deigið. Næst skaltu skera tómatana í tvennt og kreista út safa og fræ. Saxið tómatana og kryddið þá með salti og pipar.

tveir. Skerið deigið í fjóra hluta. Skerið hvern fjórðung í 4 bita. Haltu því sem eftir er af deiginu þakið og rúllaðu einu stykki í

4 tommu hring. Setjið 1 teskeið af tómötum og mozzarellastykki á aðra hliðina á hringnum. Brjótið hinn helminginn af deiginu yfir fyllinguna í hálfmánaform. Þrýstu loftinu út og klíptu brúnirnar saman til að loka. Klípið kantana þétt saman með gaffli.

3.Klæðið botninn með pappírsþurrkum. Í þungum potti eða djúpsteikingarpotti skaltu hita að minnsta kosti 1 tommu af olíu í 375 ° F með því að nota djúpsteikingarhitamæli eða þar til 1 tommu brauðstykki brúnast á mínútu. Slepptu steikunum varlega nokkrum í einu í heita olíuna. Skildu eftir nóg bil á milli þeirra svo þau snertist ekki. Snúið steikunum einu sinni eða tvisvar og eldið þar til þær eru gullinbrúnar, um það bil 2 mínútur á hvorri hlið.

Fjórir. Flyttu steikurnar yfir á pappírshandklæði til að renna af. Stráið salti ofan á. Berið fram heitt.

færsla:Vertu varkár þegar þú bítur þá; að innan helst mjög heitt á meðan að utan kólnar.

Páskakaka

Pizza Rustica eða Pizza Chiene

Gerir 12 skammta

Flestir Suður-Ítalir búa til eina útgáfu af þessari bragðmiklu og bragðmiklu köku fyrir páskana. Sumar terturnar eru búnar til með gerdeigi og aðrar nota sæta bökuskorpu. Harðsoðin egg eru oft sett í fyllinguna og sérhver kokkur á sína uppáhalds samsetningu af ostum og sætabrauði. Svona gerði amma páskaköku.

Pizza Rustica er einnig þekkt sem pizza chiene (borið fram "pizza gheen"), mállýskuform af pizza ripiene, sem þýðir "fyllt" eða "heil" baka. Það er venjulega borðað í lautarferð um páskadag þar sem fjölskyldur ætla að fagna komu vorsins. Vegna þess að það er svo ríkt, þá fer smá sneið langt.

Heilaberki

4 bollar óbleikt alhliða hveiti

11/2 tsk salt

11/2 bolli fast grænmetisstytt

1 1/2 bolli (1 stafur) ósaltað smjör, kælt og skorið í bita

2 stór egg, þeytt

3-4 matskeiðar af ísvatni

Fylling

8 oz sæt ítalsk pylsa, húð fjarlægð

3 stór egg, létt þeytt

1 bolli nýrifinn Parmigiano-Reggiano eða Pecorino Romano

2 pund ricotta í heilu lagi eða að hluta, látið renna af yfir nótt (sjá hliðarstikunatæmdu ricotta)

8 aura ferskur mozzarella, skorinn í litla teninga

4 aura prosciutto, skorinn í litla teninga

4 aura soðin skinka, skorin í litla teninga

4 aura sopressata, skorin í litla teninga

Gljáa

1 egg, létt þeytt

1. Undirbúið botninn: Blandið hveiti og salti saman í skál. Skerið bökunarklæðið ofan í blönduna og dreifið með handþeytara eða gaffli þar til blandan líkist grófum mola. Bætið eggjunum út í og blandið þar til slétt deig hefur myndast. Taktu smá af blöndunni í höndina og kreistu hana hratt þar til hún heldur saman. Endurtakið með restina af deiginu þar til hráefnin haldast saman og mynda jafna kúlu. Ef blandan finnst of þurr og stökk skaltu bæta við smá ísvatni. Safnið deiginu í tvo diska, annar þrisvar sinnum stærri en hinn. Pakkið hverri plötu inn í plastfilmu. Kælið í 1 klukkustund yfir nótt.

tveir. Til að gera fyllinguna, eldið pylsukjötið á lítilli pönnu við meðalhita, hrærið af og til, þar til það er ekki lengur bleikt, um það bil 10 mínútur. Fjarlægðu kjötið með sleif. Saxið kjötið á borð.

3. Í stórri skál, þeytið eggin og Parmigiano saman þar til það hefur blandast vel saman. Bætið við ricotta, pylsukjöti, mozzarella og hægelduðum kjöti.

Fjórir. Settu ofngrindina í neðri þriðjung ofnsins. Forhitaðu ofninn í 375 ° F. Á létt hveitistráðu yfirborði, notaðu hveitistráðan kökukefli, rúllaðu út stórt stykki af deigi til að mynda 14 tommu hring. Setjið deigið á kökukefli. Flyttu deigið yfir í 9 tommu springform, þrýstu létt á botn og hliðar formsins. Hellið fyllingunni í pönnuna.

5. Rúllaðu afganginum af deiginu í 9 tommu hring. Skerið deigið í 1/2 tommu ræmur með því að nota rifinn kökukefli. Setjið helming lengjanna með sentimetra millibili ofan á fyllinguna. Snúið pönnunni fjórðungur af leiðinni og setjið restina af ræmunum ofan á þannig að ristmynstur myndist. Klípið saman brúnirnar á efri og neðri deiglaginu. Penslið deigið með eggjagljáa.

6. Bakið í 1-1 1/4 klukkustund eða þar til skorpan er orðin gullinbrún og fyllingin blásin. Kældu kökuna í forminu á vírgrind í 10 mínútur. Fjarlægðu hliðarnar á pönnunni og láttu kólna alveg. Berið fram heitt eða við stofuhita. Lokið vel og geymið í kæli í allt að 3 daga.

vöfflukökur

fyrir pizzu

gerir um 2 tugi

Margar fjölskyldur í Mið- og Suður-Ítalíu eru stoltar af pizzublöðunum sínum, fallega smíðuðu formunum sem venjulega eru notuð til að búa til þessar fallegu vöfflur. Sumar plöturnar eru grafnar með upphafsstöfum upprunalega eigandans en á öðrum eru skuggamyndir, eins og par sem er ristað með vínglasi. Þau voru einu sinni dæmigerð brúðkaupsgjöf.

Þó að þau séu heillandi eru þessi gamaldags járn þung og ómeðhöndluð á eldavélarhellum nútímans. Rafknúin pizzupressa svipað og vöfflujárn gerir það fljótt og skilvirkt að ausa þessar kökur.

Þegar þær eru nýgerðar eru pizzur sveigjanlegar og hægt að móta þær í keilu, rör eða bolla. Þær má fylla með þeyttum rjóma, ís, cannoli rjóma eða ávöxtum. Þær kólna og stökkar á skömmum tíma, svo mótið þær hratt og vandlega. Auðvitað eru þær líka góðar áætlanir.

13/4 bollar óbleikt alhliða hveiti

1 teskeið af lyftidufti

Klípa af salti

3 stór egg

tveir/3 bolli sykur

1 matskeið af hreinu vanilluþykkni

1 stafur (1/2 bolli) ósaltað smjör, brætt og kælt

1. Forhitið pizzuvélina samkvæmt leiðbeiningum framleiðanda. Blandið saman hveiti, lyftidufti og salti í skál.

tveir. Þeytið egg, sykur og vanillu í stórri skál með hrærivél á meðalhraða þar til það er þykkt og fölt, um það bil 4 mínútur. Hrærið smjörið saman við. Blandið þurrefnunum saman við, um 1 mínútu.

3. Setjið um 1 matskeið af deigi í miðjuna á hverri pizzuformi. (Nákvæmt magn fer eftir hönnun mótsins.) Lokaðu lokinu og steiktu létt þar til þau eru gullinbrún. Þetta fer eftir framleiðanda og hversu lengi mótið hefur verið hitað. Athugaðu það vandlega eftir 30 sekúndur.

Fjórir. Þegar pizzurnar eru orðnar gullinbrúnar skaltu taka þær af pönnunni með tré- eða plastspaða. Látið kólna á grind. Eða ef þú vilt búa til kökubolla skaltu brjóta hverja pizzu saman í formi breiðan kaffi- eða eftirréttarbolla. Búðu til cannoli-skeljar með því að móta þær í kringum cannoli-rör eða tréskúffu.

5. Þegar pizzurnar eru orðnar kaldar og stökkar, geymið þær í loftþéttu íláti þar til þær eru tilbúnar til notkunar. Þetta endast í nokkrar vikur.

Afbrigði: Anís: Skiptu um vanillu með 1 matskeið af anísþykkni og 1 matskeið af anísfræjum. Appelsína eða sítrónu: Bætið 1 matskeið af rifnum ferskum appelsínu- eða sítrónuberki út í eggjablönduna. Romm eða möndlur – Bætið 1 matskeið af rommi eða möndluþykkni í stað vanillu. Valhnetur: Bætið 1/4 bolla af valhnetum, möluðum í mjög fínt duft, ásamt hveitinu.

sætt ravíólí

Dolce Ravioli

gerir 2 tugi

Sulta fyllir þessar stökku eftirréttaravíólí. Hvaða bragð sem er dugar svo lengi sem það er þykkt þannig að það haldist á sínum stað og leki ekki úr deiginu á meðan það er bakað. Þetta var ein af uppáhalds uppskriftunum hans pabba, sem fullkomnaði hana út frá minningum sínum um smákökurnar sem mamma hans var vanur að búa til.

1 3/4 bollar alhliða hveiti

1 1/2 bolli kartöflur eða maíssterkju

1 1/2 tsk salt

1 1/2 bolli (1 stafur) ósaltað smjör, við stofuhita

1 1/2 bolli sykur

1 stórt egg

2 matskeiðar af rommi eða brandy

1 tsk sítrónubörkur

1 tsk af hreinu vanilluþykkni

1 bolli þykk kirsuberja-, hindberja- eða apríkósusulta

1.Sigtið hveiti, sterkju og salt í stóra skál.

tveir.Þeytið smjörið með sykrinum í stórri skál þar til það er létt og ljóst, um það bil 2 mínútur. Þeytið egg, romm, börk og vanillu. Bætið þurrefnunum við á lágum hraða.

3.Skiptið deiginu í tvennt. Myndaðu disk úr hvorum helmingi. Pakkið hverjum og einum inn í plast og geymið í kæli í 1 klukkustund yfir nótt.

Fjórir. Forhitið ofninn í 350 ° F. Smyrjið 2 stórar bökunarplötur.

5.Fletjið deigið út í 1/8 tommu þykkt. Skerið deigið í 2 tommu ferninga með sætabrauðsskera eða sætabrauðsskera. Settu ferningana um það bil 1 tommu í sundur á tilbúnum bökunarplötum. Setjið 1/2 tsk sultu í miðju hvers fernings. (Ekki nota meiri sultu því fyllingin rennur út við bakstur.)

6.Fletjið út afganginn af deiginu í 1/8 tommu þykkt. Skerið deigið í 2 tommu ferninga.

7. Hyljið sultuna með deigferningum. Ýttu á brúnirnar með gaffli til að festa fyllinguna.

8. Bakið í 16-18 mínútur eða þar til þær eru létt gylltar. Útbúið 2 vírkæligrindur.

9. Færið bökunarplöturnar yfir á grindirnar. Látið kökurnar kólna í 5 mínútur á bökunarplötunni og setjið síðan yfir á vírgrind til að kólna alveg. Stráið flórsykri yfir. Geymið í loftþéttum umbúðum í allt að 1 viku.

"Ljótar en góðar" smákökur

Brutti ma Buoni

gerir 2 tugi

"Ljót en góð" er merking nafnsins á þessum Piedmont-kökum. Nafnið er bara hálf satt: kökurnar eru ekki ljótar heldur góðar. Framleiðslutækni þeirra er óvenjuleg. Kökudeigið er soðið í potti áður en það er bakað.

3 stórar eggjahvítur við stofuhita

Klípa af salti

1 1/2 bolli sykur

1 bolli ósykrað kakóduft

1 1/4 bollar heslihnetur, ristaðar, afhýddar og grófsaxaðar (sjáHvernig á að steikja og skelja valhnetur)

1.Forhitið ofninn í 300°F. Smyrjið 2 stórar ofnplötur.

tveir.Þeytið eggjahvítur og salt í stórri skál með hrærivél á meðalhraða þar til froðukennt er. Aukið hraðann í háan og bætið sykri smám saman út í. Þeytið þar til mjúkir toppar myndast þegar pískunum er lyft.

3. Bætið kakóinu við á lágum hraða. Bætið heslihnetum við.

Fjórir. Hellið blöndunni í stóran þungan pott. Eldið við meðalhita, hrærið stöðugt með tréskeið, þar til blandan er gljáandi og slétt, um það bil 5 mínútur. Gættu þess að brenna það ekki.

5. Setjið heita deigið strax í matskeiðar á tilbúnar bökunarplötur. Bakið í 30 mínútur eða þar til toppurinn er þéttur og sprunginn aðeins.

6. Á meðan kökurnar eru enn heitar, færðu yfir á vírgrind til að kólna með þunnum málmspaða. Geymið í loftþéttum umbúðum í allt að 2 vikur.

www.ingramcontent.com/pod-product-compliance
Lightning Source LLC
Chambersburg PA
CBHW050352120526
44590CB00015B/1660